ആഷാഢയാത്രകൾ

ashadayathrakal
travalogue

•

madhu eravankara

•

first edition
july 2019

•

typesetting & published
chintha publishers, thiruvananthapuram

•

cover
vinod mangoes

വിതരണം

ദേശാഭിമാനി ബുക്ക് ഹൗസ്

H O തിരുവനന്തപുരം-695 035
phone: 0471-2303026, 6063026
www.chinthapublishers.com
chinthapublishers@gmail.com

ബ്രാഞ്ചുകൾ

ഹെഡ്ഡാഫീസ് ബ്രാഞ്ച് കുന്നുകുഴി • സ്റ്റാച്യു തിരുവനന്തപുരം • കെ എസ് ആർ ടി സി ബസ് സ്റ്റേഷൻ ആലപ്പുഴ • കെ എസ് ആർ ടി സി ബസ് സ്റ്റേഷൻ എറണാകുളം • മച്ചിങ്ങൽ ലെയ്ൻ തൃശൂർ • ഐ ജി റോഡ് കോഴിക്കോട് • മാവൂർ റോഡ് കോഴിക്കോട് • എൻ ജി ഒ യൂണിയൻ ബിൽഡിങ് കണ്ണൂർ • സെൻട്രൽ ബസ് ടെർമിനൽ കോംപ്ലക്സ് താവക്കര കണ്ണൂർ

CO - 2824 / 5088
ISBN - 978-93-88485-86-9

ആഷാഢയാത്രകൾ

(യാത്ര)

മധു ഇറവങ്കര

ചിന്ത പബ്ലിഷേഴ്സ്
തിരുവനന്തപുരം-695 035

മധു ഇറവങ്കര

മാവേലിക്കര താലൂക്കിലെ ഇറവങ്കരയിൽ ജനിച്ചു. അച്ഛൻ: പരേത നായ എൻ ചന്ദ്രശേഖരനുണ്ണിത്താൻ. അമ്മ: ജി സാവിത്രിക്കുഞ്ഞമ്മ. ചലച്ചിത്ര സംവിധായകൻ, ഗ്രന്ഥകാരൻ, ചലച്ചിത്രനിരൂപകൻ, ഗവേഷ കൻ, അദ്ധ്യാപകൻ, അന്തർദ്ദേശീയ ചലച്ചിത്രമേളകളിൽ ജൂറി അംഗം എന്നീ നിലകളിൽ വ്യക്തിമുദ്ര പതിപ്പിച്ചിട്ടുണ്ട്. നാഷണൽ ഫിലിം ആർക്കൈവ് ഓഫ് ഇന്ത്യയുടെ ഫെലോഷിപ്പ് (1989 - 90), സമുന്നത കലാകാരന്മാർക്കുള്ള കേന്ദ്ര സാംസ്കാരിക വകുപ്പിന്റെ സീനിയർ ഫെലോഷിപ്പ് (2000 - 2002) എന്നിവയ്ക്കർഹനായി.

പുരസ്കാരങ്ങൾ: മികച്ച സിനിമാഗ്രന്ഥത്തിനുള്ള പ്രസിഡന്റിന്റെ സ്വർണ്ണമെഡൽ - ദേശീയ അവാർഡ് (1999), മികച്ച സിനിമാഗ്രന്ഥത്തി നുള്ള സംസ്ഥാന അവാർഡ് (1999), മികച്ച ഡോക്യുമെന്ററി ചിത്രത്തി നുള്ള സംസ്ഥാന അവാർഡ് (2003), മികച്ച ഡോക്യുമെന്ററി ചിത്രത്തി നുള്ള സംസ്ഥാന ടെലിവിഷൻ അവാർഡ് (2007), ഫിലിം ക്രിട്ടിക്സ് അവാർഡുകൾ (2000, 2002, 2003, 2012, 2014). മഹാത്മാഗാന്ധി സർവ്വക ലാശാലയിലെ മികച്ച കലാലയാദ്ധ്യാപകനുള്ള ബസേലിയോസ് അവാർഡ് (2005), മികച്ച ഡോക്യുമെന്ററി ചിത്രത്തിനുള്ള അഫ്മാ അന്തർദ്ദേശീയ അവാർഡ് (2012), മികച്ച പരിസ്ഥിതി ചിത്രത്തിനുള്ള ഗ്രീൻസ് അവാർഡ് (2012), ഇന്ത്യൻ സിനിമാ സെന്റിനറി അവാർഡ് (2014), കോഴിക്കോടൻ അവാർഡ് (2016), മികച്ച സിനിമാ ഗ്രന്ഥത്തിനുള്ള മാമി എക്സലൻസ് അവാർഡ് (2018).

സിനിമ: *ക്ഷീരപഥം, പി ഡി ഡി പിയുടെ കഥ, അസ്മാറ ദ സിറ്റി ഓഫ് ഡ്രീംസ്, വിക്ടിംസ് ഓഫ് സൈലൻസ്, നെഹ, നിഷാദം, പുന രാഖ്യാനം, പകൽമഴ, മാജിക്റീൽ, പുനർജ്ജനി, കേരളപാണിനി, റസിയ, കെട്ടുകാഴ്ച, ലീഡർ, കുത്തിയോട്ടം* തുടങ്ങി ഇരുപതിലേറെ ഡോക്യു മെന്ററി - ഹ്രസ്വചിത്രങ്ങൾ സംവിധാനം ചെയ്തു.

കൃതികൾ: *സ്നാനഘട്ടങ്ങൾ* (കഥകൾ), *മലയാള സിനിമയും സാഹി ത്യവും* (ചലച്ചിത്ര പഠനം), *സംസ്കാരം, യുക്തി, സമൂഹം* (സഹവി വർത്തനം - അമർത്യാസെൻ), *അലിവിന്റെ മന്ദാരങ്ങൾ* (ചലച്ചിത്ര നിരൂ പണം), *ശലഭയാത്രകൾ* (യാത്ര), *നിഷാദം* (തിരക്കഥ), *മലയാള സിനി മയിലെ അവിസ്മരണീയർ* (ചലച്ചിത്ര ചരിത്രം), *ബാർലി വയലുകളെ ഉലയ്ക്കുന്ന കാറ്റ്* (ചലച്ചിത്ര പഠനം), *കാലത്തിന്റെ അടരുകൾ* (ചല ച്ചിത്ര പഠനം), *ഗ്രീഷ്മയാത്രകൾ* (യാത്ര), *ലോകസിനിമയുടെ മൂന്നാം കണ്ണ്* (ചലച്ചിത്ര പഠനം), *ഇന്ത്യൻ സിനിമ 100 വർഷം 100 സിനിമ* (ചല ച്ചിത്ര ചരിത്രം), *ശിശിരയാത്രകൾ* (യാത്ര).

വിലാസം : ഇറവങ്കര പി ഒ, മാവേലിക്കര 690108
ഇമെയിൽ : eravankara@gmail.com

ഉള്ളടക്കം

പ്രസാധകക്കുറിപ്പ്

യാത്രകൾ പലപ്പോഴും ഉള്ളുരുക്കുന്ന അനുഭവങ്ങളാണ്. വിശാലമായ ഭൂപ്രദേശങ്ങൾ തേടിയല്ല യാത്രക്കാരൻ അലയുന്നത്. അവനവന്റെ ആത്മാവുമൊത്ത് മനുഷ്യരെയും ഇടങ്ങളെയും വായിച്ചെടുക്കുമ്പോഴാണ് യാത്രയെഴുത്ത് സഫലമാകുന്നത്. യാത്രയെഴുത്തിന്റെ മാസ്മരികത പ്രകാശിപ്പിച്ചിട്ടുള്ള എഴുത്തുകാരനാണ് മധു ഇറവങ്കര. ഭാരതത്തിന്റെ ദക്ഷിണദേശങ്ങളിലെ യാത്രാനുഭവങ്ങളാണ് *ആഷാഢയാത്രകൾ* എന്ന ഈ പുസ്തകം പകർന്നുതരുന്നത്. വിദൂരതകൾ തേടിയുള്ള യാത്രയിൽ യാത്രികർ പലപ്പോഴും വിസ്മരിക്കുന്നത് സ്വന്തം ചുറ്റുപാടുകളാണ്, സമീപസ്ഥലികളാണ്. വാവലിപ്പുഴയോരവും മടിക്കേരിച്ചിന്തുകളും ബുദ്ധസന്ധ്യയും ദേവനഹള്ളിയിലെ മുന്തിരിത്തോപ്പുകളും പ്രാർത്ഥനയോടെ തൊഴുതു നില്ക്കുന്ന മിനാരങ്ങളും നമ്മുടെ സമീപസ്ഥവും അതേസമയം വിദൂരവുമായ അനുഭവങ്ങളാണ്. വൈയക്തികമായ അനുഭവങ്ങളെ മനുഷ്യരാശിയുടെ മഹാസാഗരത്തിൽ ലയിപ്പിക്കുമ്പോഴാണ് ഒരെഴുത്തുകാരൻ നമ്മെ വിസ്മയിപ്പിക്കുക. വിസ്മയങ്ങളുടെ ലോകത്തേക്കുള്ള കിളിവാതിലുകൾ തുറക്കുകയാണ് യാത്രകളുടെ ഈ പുസ്തകം.

ചിന്ത പബ്ലിഷേഴ്സ്

ആമുഖം

'പുള്ളിമാനി'ലെ പാർവ്വതി

ഋതുക്കളെ ആധാരമാക്കിയുള്ള എന്റെ യാത്രാപുസ്തകങ്ങളുടെ തുടർച്ചയിലെ നാലാമത്തേതാണ് *ആഷാഢയാത്രകൾ*. ഗ്രീഷ്മയാത്രകൾ, ശിശിരയാത്രകൾ, ഹേമന്തയാത്രകൾ പിന്നെ ഈ ആഷാഢയാത്രകളും. ഓരോ ഋതുവിലെയും യാത്രകൾക്ക് പ്രത്യേകതകളേറെയാണ്. പ്രകൃതിയെ തൊട്ടറിഞ്ഞുള്ള യാത്രകൾക്ക് അനുഭൂതി സാന്ദ്രതയേറും. പ്രത്യേകിച്ചും മഴയെ തൊട്ടുരുമ്മിയുള്ള ആഷാഢയാത്രകൾക്ക്.

കൊട്ടിയൂരും അനന്തപുരവും തലക്കാവേരിയും ബാഗമണ്ഡലയും തിരുനെല്ലിയും മുസിനദിക്കരയും ചിക്കബെല്ലാപ്പൂരും കനിഞ്ഞേകിയ ആത്മീയതയുടെ ആരണ്യകങ്ങൾ; ബേക്കലും മടിക്കേരിയും ഗോൽക്കൊണ്ടയും ദേവനഹള്ളിയും തുറന്നിട്ട കോട്ട കൊത്തളങ്ങളുടെ ചരിത്ര വീഥികൾ; കോടമഞ്ഞൂർന്നു മാറുന്ന നിർന്നിദ്രമായ കുടകുരാവുകൾ; അബ്ബാ ജലപാതവും കൊടവരാജാക്കന്മാരുടെ ശവകുടീരങ്ങളും രാജാസ് സീറ്റും മനേഷ്കാ ചത്വരവുമൊക്കെ ഇന്ദ്രിയങ്ങളിൽ നിറച്ച മടിക്കേരി ച്ചിന്തുകൾ; പ്രാർത്ഥനയുടെ ബുദ്ധചക്രങ്ങൾ തിരിക്കാൻ ജന്മാന്തരങ്ങളായി എന്നെ വിളിച്ചുകൊണ്ടിരുന്ന ബൈലക്കുപ്പയിലെ ബുദ്ധവിഹാരങ്ങൾ; മേഘങ്ങളോടു കിന്നാരം പറയുന്ന നെല്ലിയാമ്പതിയുടെ നെറുകയിലെ അവിസ്മരണീയരാവുകൾ; വിദൂരമായ പോച്ചംപള്ളി ഗ്രാമത്തിലെ ഇക്കട്ടു വിസ്മയങ്ങൾ കണ്ടു നടന്ന പകലിന്റെ നിറഭേദങ്ങൾ; ഹുസൈൻ സാഗർ ധ്യാനപൂർണ്ണിമയേകിയ ജിബ്രാൾട്ടർ ദ്വീപിലെ തഥാഗത സന്ധ്യ; ദേവനഹള്ളിയിലെ മുന്തിരിത്തോപ്പുകൾക്കുമീതെ വല നെയ്യുന്ന നാഗരികതയുടെ വന്യത; നന്ദിക്കുന്നുകളിലെ പച്ചത്തുരുത്തുകളിൽ മുഖം നോക്കുന്ന ചരിത്ര കുടീരങ്ങൾ; ചിക്കബെല്ലാപ്പൂരിലെ ഭോഗനന്ദീശ്വരന്റെ വസന്തമണ്ഡപങ്ങൾ - ആഷാഢമേഘങ്ങൾ വിങ്ങിനില്ക്കുന്ന ആകാശങ്ങൾക്കുകീഴെ എന്റെ മുന്നിൽ നീണ്ടുകിടന്ന യാത്രാപഥങ്ങളിലെ വഴിയമ്പലങ്ങളായിരുന്നു ഇവയൊക്കെ.

യാത്രാവേളകൾ എനിക്കെന്നും സാന്ത്വനങ്ങളായിരുന്നു. ജീവിതത്തിന്റെ ഇഴകളെ മാനവികതയുടെ മഴവില്ലുകൊണ്ടു നെയ്തെടുക്കാൻ കഴിയുന്ന നിമിഷപ്പൂവുകൾ! യാത്രയിൽ കണ്ടുമുട്ടിയ ഓരോരുത്തരും അവരെ അരികിൽ കൊണ്ടുവന്നെത്തിച്ച സ്ഥലരാശിയും കാലവും തീർക്കുന്ന വിസ്മയച്ചെപ്പുകൾ! വാവലിപ്പുഴയോരത്തു വച്ചു കണ്ടുമുട്ടിയ തീർത്ഥാടകനായ ബാലൻപിള്ളയും നംഭ്രോലിംഗ് വിഹാരത്തിലെ പേരറിയാത്ത ബുദ്ധ സന്ന്യാസിയും ബൈലക്കുപ്പയിലെ പാടത്തെ വൃദ്ധ കർഷകനും തിരുനെല്ലിയിൽ ബ്രഹ്മാവിന്റെ പൂജകൾക്കായി പൂവിറുക്കുന്ന അമ്പലവാസിയും നെല്ലിയാമ്പതിയിലെ പോബ്സൺ എസ്റ്റേറ്റു ബംഗ്ലാവിന്റെ സൂക്ഷിപ്പുകാരനായ പ്രസാദും, പോച്ചംപള്ളിയിൽ മുരളിയുടെ നെയ്ത്തുശാലയിലെ സത്യനാരായണനും പോച്ചംപള്ളിയിലെ തന്നെ തൊഴിലാളി പ്രവർത്തകനായ നരസിംഹനുമൊക്കെ യാത്രയിൽ വീണുകിട്ടിയ നനുത്ത സൗഹൃദങ്ങളാണ്. ഈ കുറിപ്പുകൾ അവരെക്കുറിച്ചുള്ള ഓർമ്മകൾ കൂടി സൂക്ഷിക്കാനുള്ളതാണ്.

എസ് കെ പൊറ്റെക്കാടിന്റെ 'പുള്ളിമാൻ' എന്ന കഥ എന്റെ ഓരോ കുടകു യാത്രയുടെയും പ്രചോദനമായിരുന്നു. കുടകിലെ കാപ്പിത്തോട്ടങ്ങളും കോടമഞ്ഞുമൊക്കെ എന്റെ സിരകളിൽ ഗൃഹാതുരത്വമായി ഉറഞ്ഞു കൂടിയതു 'പുള്ളിമാനി'ലൂടെയായിരിക്കണം. ദേവയ്യനേകുന്ന പ്രണയലഹരിയിൽ അലിഞ്ഞില്ലാതാകുന്ന പാർവ്വതി കാലചക്രം തിരിയുമ്പോൾ മരണത്തിലേക്കു സ്വയം നടന്നു നീങ്ങുന്ന ഒരു പുള്ളിമാനായി മാറുന്ന ദുരന്തകഥ കുടകിലെ കോടമഞ്ഞിന്റെ നിഗൂഢതയ്ക്കു സമാനമായിരുന്നു എനിക്കെന്നും. 'പുള്ളിമാനി'ലെ പാർവ്വതിക്കുവേണ്ടി കൂടിയാണ് *ആഷാഢയാത്രകൾ.*

പ്രശസ്ത കവി ശ്രീ. ചവറ കെ എസ് പിള്ളയുടെ പത്രാധിപത്യത്തിലുള്ള *മാതൃനാടിൽ* 'യാത്രയുടെ വഴിയമ്പലങ്ങൾ' എന്ന പംക്തി ഞാനാരംഭിക്കുന്നത് 2012 ഏപ്രിൽ മാസത്തിലാണ്. ഇന്നുവരെ ആ പംക്തി മുടക്കുവാൻ പത്രാധിപർ അനുവദിച്ചിട്ടില്ല. എന്റെ ഋതുയാത്രകളുടെ നൈരന്തര്യം മുറിയാതെ സൂക്ഷിക്കുന്ന ശ്രീ. ചവറ കെ എസ് പിള്ളയ്ക്കു നന്ദി.

ഋതുയാത്രകളിൽ ആദ്യത്തെ *ഗ്രീഷ്മയാത്രകൾ* പ്രസിദ്ധീകരിച്ചത് ചിന്ത പബ്ലിഷേഴ്സ് ആണ്. അതുകൊണ്ടുതന്നെ ഈ തുടർച്ചയിലെ അവസാന പുസ്തകവും ചിന്തയിലൂടെത്തന്നെ പുറത്തുവരണമെന്ന് ആഗ്രഹിച്ചിരുന്നു. അതിനവസരമൊരുക്കിയ ചിന്ത പബ്ലിഷേഴ്സിലെ ഡോ. ജയദേവദാസിനോടും ശ്രീ. രാധാകൃഷ്ണൻ ചെറുവല്ലിയോടുമുള്ള കടപ്പാട് രേഖപ്പെടുത്തട്ടെ.

എന്റെ യാത്രകളെ എന്നും സ്വീകരിച്ചിരുന്ന വായനക്കാരെ ആഷാഢത്തിലെ ചാഞ്ഞുപെയ്യുന്ന മഴയ്ക്കൊപ്പം നടക്കുവാൻ ഹൃദയപൂർവ്വം ക്ഷണിച്ചുകൊള്ളുന്നു.

20 മാർച്ച് 2019 **മധു ഇറവങ്കര**

വാവലിപ്പുഴയോരത്തെ വൈശാഖോത്സവം

മാംഗ്ലൂർ എക്സ്പ്രസ് എന്ന പഴയ കണ്ണൂർ എക്സ്പ്രസ് തലശ്ശേരി റെയിൽവേ സ്റ്റേഷനിലെത്തിയപ്പോൾ രാവിലെ ഏഴുമണി കഴിഞ്ഞിരുന്നു. തലശ്ശേരി ബസ്സ്റ്റാന്റ് അല്പം അകലെയാണ്. ബസ് സ്റ്റാന്റിൽ കൊട്ടിയൂരിലേക്ക് ഒന്നിനു പിറകെ മറ്റൊന്നായി ബസ് പുറപ്പെടാൻ കാത്തു നില്ക്കുന്നു. ബസുകൾ സ്റ്റാന്റിലെത്തിയാൽ പെട്ടെന്നു തന്നെ നിറയും. അത്രയ്ക്കും തീർത്ഥാടകത്തിരക്കാണ്.

കൊട്ടിയൂർ യാത്രയ്ക്ക് ഞാനൊറ്റയ്ക്കായിരുന്നില്ല. രഘുവും ഒപ്പം ഉണ്ടായിരുന്നു. ഇത്തവണ തീർത്ഥാടകന്റെ കുപ്പായം ധരിക്കുമ്പോൾ രഘുവിനെയും വിളിച്ചു. എന്റെ അടുത്ത ബന്ധുവും ട്രഷറി ഉദ്യോഗസ്ഥനുമായ രഘുവിനും എന്നെപ്പോലെ തന്നെ യാത്ര ഞരമ്പിലേറിയിട്ടുണ്ട്.

തലശ്ശേരി - ഇരിട്ടി റോഡിൽനിന്നും മാനന്തവാടിക്കുള്ള റോഡിലേക്ക് തിരിഞ്ഞാണു കൊട്ടിയൂർക്ക് പോകുന്നത്. സമൃദ്ധമായ കൃഷിഭൂമികളുടെയും കുന്നുകളുടെയും ഇടയിലൂടെ വളഞ്ഞു പുളഞ്ഞു നീങ്ങുന്ന റോഡ്. നിരത്തിനിരുപുറവും ധാരാളം വീടുകൾ. പക്ഷേ, ഒന്നു ശ്രദ്ധിച്ചു. പഴയ വീടുകളോ കുടിലുകളോ ഒന്നും എങ്ങും കണ്ടില്ല. ആധുനികരീതിയിൽ മോടിയോടെ നിർമ്മിച്ചിരിക്കുന്ന ആഡംബര വീടുകളാണ് മിക്കതും.

“കുടിയേറ്റ കർഷകരുടെ വീടുകളാണൊക്കെ”രഘു അത്ഭുതത്തോടെ ആത്മഗതമെന്നോണം പറഞ്ഞു.

ഒരിക്കൽ മദ്ധ്യതിരുവിതാംകൂറിൽനിന്നും കുടിയേറ്റക്കാരായി അന്നത്തെ കൊടുംകാട്ടിലെത്തിയ കർഷക പിതാക്കൾ എന്റെ മുന്നിൽ ഒരു ഭ്രമകല്പനയിലെന്നോണം നിരന്നു നിന്നു. അവരുടെ അദ്ധ്വാനത്തി

ന്റെയും വിയർപ്പിന്റെയും ബാക്കിപത്രങ്ങളായി പുതിയ തലമുറയുടെ സമൃദ്ധി! അവയാകാം എനിക്കു കണ്ണിനുത്സവമായ ഈ ഭവനജാലം! ഇവിടുത്തെ ഓരോ ഗ്രാമങ്ങൾക്കും എത്രയെത്ര കഥകൾ പറയുവാനുണ്ടാവും! കുടിയേറ്റക്കാരുടെ പുതിയ തലമുറ പേർഷ്യൻ ഗൾഫിലും മറ്റു വിദേശരാജ്യങ്ങളിലും പോയി പുത്തൻ പണക്കാരായിട്ടുണ്ടാകാം!

കൊട്ടിയൂർ വൈശാഖോത്സവത്തിന് പോകുന്നവരുടെയും തിരിച്ചു വരുന്നവരുടെയും വാഹനങ്ങൾ കൊണ്ടു താരതമ്യേന വീതികുറഞ്ഞ നിരത്തുമുഴുവൻ നിറഞ്ഞിരിക്കുന്നു. അതിനാൽ യാത്രയിൽ പല സ്ഥലങ്ങളിലും ട്രാഫിക്ക് കുരുക്കിൽപ്പെട്ട് ഏറെ നേരം കാത്തുകിടക്കേണ്ടി വന്നു. ഫലമോ, തലശ്ശേരിയിൽനിന്നും 62 കി മി ദൂരത്തിലുള്ള കൊട്ടിയൂരെത്താൻ മൂന്നു മണിക്കൂറിലേറെ വേണ്ടിവന്നു.

കൊട്ടിയൂർ ഒരു ചെറുപ്രദേശമാണ്. ഏതാനും കടകളും, ദേവസ്വം കെട്ടിടങ്ങളും, ഹോട്ടലുകളും മാത്രം! എന്നാൽ വൈശാഖോത്സവനാളുകളിൽ ഇതൊരു തീർത്ഥാടന നഗരമായി രൂപാന്തരപ്പെടുന്നു. ധാരാളം താല്ക്കാലിക വില്പനശാലകളും, പ്രദർശനവേദികളും, ഓടപ്പൂകടകളും, ഭക്ഷണശാലകളും, പാർക്കിങ് ഗ്രൗണ്ടുകളും ഒക്കെയായി അപ്പോൾ പ്രദേശം ഏറെ വളർന്നിട്ടുണ്ടാകും. വാഹനങ്ങളുടെയും ജനങ്ങളുടെയും തിരക്കിൽ കൊട്ടിയൂർ വീർപ്പുമുട്ടുന്ന ദിനങ്ങൾ! വൈശാഖോത്സവകാലം തോരാതെ പെയ്യുന്ന മഴയുടേതു കൂടിയാണ്. അതിനാൽ മഴയിൽ മുങ്ങിയ ഉത്സവകാലമെന്ന വിശേഷണവും കൊട്ടിയൂരിനുണ്ട്.

കൊട്ടിയൂരിലെത്തിയപ്പോൾ ബസ്സ്റ്റാന്റിൽ തന്നെ രഘുവിന്റെ ട്രഷറി സുഹൃത്ത് ശിവരാജൻ കാത്തുനില്ക്കുന്നുണ്ടായിരുന്നു. കൊട്ടിയൂരിനടുത്തുള്ള പേരാവൂർ ട്രഷറിയിലെ ഉദ്യോഗസ്ഥനാണ് ശിവരാജൻ. ബസ്സ്റ്റാന്റിനടുത്തുതന്നെയുള്ള പുതിയ മഹാദേവ് അതിഥിമന്ദിരത്തിലേക്ക് ശിവരാജൻ ഞങ്ങളെ നയിച്ചു.

കുളിയൊക്കെ കഴിഞ്ഞ് വേഗംതന്നെ ഞങ്ങൾ പുറത്തെത്തി. തീർത്ഥാടനത്തിന്റെ തിരക്കിലലിയുവാൻ ഞങ്ങൾക്കു തിടുക്കമായിരുന്നു. ശിവരാജനും ഞങ്ങൾക്കൊപ്പം വന്നു.

വനസ്ഥലികളുടെ ഋതുശോഭയാൽ ആരെയും മോഹിപ്പിക്കുന്ന വയനാടൻ മലനിരകളുടെ പടിഞ്ഞാറൻ താഴ്‌വരയിലാണ് പ്രസിദ്ധമായ കൊട്ടിയൂർ മഹാക്ഷേത്രങ്ങൾ കുടികൊള്ളുന്നത്. ഇക്കരെകൊട്ടിയൂർ എന്നും അക്കരെകൊട്ടിയൂരെന്നും രണ്ടുപേരുകളിലാണ് ഈ ക്ഷേത്രസങ്കേതങ്ങൾ അറിയപ്പെടുന്നത്. ഇക്കരെകൊട്ടിയൂരിൽ നിത്യപൂജാസമ്പ്രദായമാണുള്ളത്. എന്നാൽ അക്കരെകൊട്ടിയൂരിൽ വൈശാഖോത്സവക്കാലത്ത് മാത്രമാണ് പൂജാദികർമ്മങ്ങൾ നടത്തുന്നത്. ഇക്കാലയളവിൽ ഇക്കരെകൊട്ടിയൂർ ക്ഷേത്ര നട അടഞ്ഞു കിടക്കും.

“ഇക്കരെകൊട്ടിയൂർ ക്ഷേത്രത്തിൽ പോയശേഷം അക്കരെ പോകാം” ശിവരാജൻ നിർദ്ദേശിച്ചു. മഹാദേവ അതിഥിമന്ദിരത്തിനു തൊട്ടടുത്തു തന്നെയാണ് ഇക്കരെ ക്ഷേത്രം.

ക്ഷേത്രം തുറന്നിരുന്നില്ലെങ്കിലും നടവഴിയിലും ക്ഷേത്രമുറ്റത്തും ഭക്തജനത്തിരക്കായിരുന്നു. മഹാദേവസന്നിധിയിൽ സഞ്ചാരിയുടെ സംസാരഭാണ്ഡം ഇറക്കിവച്ച് അല്പ സമയം ശ്രീകോവിലിനുമുന്നിൽ ഞാൻ നമ്രശിരസ്കനായി.

വയനാടൻ മലനിരകളിൽനിന്നും ഉത്ഭവിച്ചെത്തുന്ന വാവലിപ്പുഴയുടെ ഇരുകരകളിലുമാണ് കൊട്ടിയൂർ ക്ഷേത്രങ്ങൾ. വയനാടിന്റെ തനിമ പേറുന്ന പ്രദേശമെങ്കിലും ഇത് കണ്ണൂർ റവന്യൂ ജില്ലയിലാണ്. നിത്യഹരിത വനങ്ങളുടെ സാന്ദ്രത കൊട്ടിയൂരിന്റെ അനുഗ്രഹമാണ്.

വാവലിപ്പുഴ രണ്ടുകൈവഴികളായി പിരിഞ്ഞ് ഇക്കരെകൊട്ടിയൂരിനും അക്കരെകൊട്ടിയൂരിനും തീർത്ഥസാമീപ്യം പകരുന്നു. രണ്ടു കൈവഴികൾക്കും മുകളിലൂടെ അക്കരെകൊട്ടിയൂരിലെത്താൻ മേല്പാലങ്ങളുണ്ട്.

ആദ്യത്തെ പാലം കടന്നാൽ താല്ക്കാലിക ക്ലോക്ക് റൂമുണ്ട്. അടുത്ത പാലത്തിലേക്ക് കടക്കാനേ കഴിയില്ല. അമ്പലത്തിലേക്കുള്ള ക്യൂ ഇത്രദൂരവും നീണ്ടു വന്നിരിക്കുന്നു. ക്യൂവിൽ നിന്നാൽ മൂന്നു മണിക്കൂറെങ്കിലുമെടുക്കും അവിടെ എത്താൻ.

രണ്ടാമത്തെ പാലത്തിൽക്കൂടി അക്കരെ കടന്നാൽ വെള്ളമൊഴുകുന്ന ഒരു തോട്ടിലൂടെ അമ്പലപരിസരത്തെത്താം. പക്ഷേ, ദേവസന്നിധിയിൽ എത്താനാകില്ല എന്നു മാത്രം.

ശിവരാജൻ ഞങ്ങളെ തോട്ടിലൂടെ ക്ഷേത്രത്തിലേക്ക് നയിച്ചു. തോട് നേരെ എത്തിച്ചേരുന്നത് തിരുവഞ്ചിറ എന്ന വൃത്താകൃതിയിലുള്ള ചിറയിലേക്കാണ്. പുണ്യനദിയായ വാവലിപ്പുഴയിൽ തടയണ കെട്ടി വെള്ളം

തിരുവഞ്ചിറയിലെ അമ്മാറക്കല്ല് - പരാശക്തി സങ്കേതം

ചാലുകീറി തിരുവഞ്ചിറയിലേക്കെത്തിക്കുന്നു. തിരുവഞ്ചിറയിലെ ജല നിരപ്പുകൂടുമ്പോൾ അധിക ജലം തോട്ടിലൂടെ താഴേക്കൊഴുകി വീണ്ടും വാവലിപ്പുഴയിൽ ചേരുന്നു.

തിരുവഞ്ചിറയുടെ മദ്ധ്യഭാഗത്തായി പ്രകൃതിദത്തമായ ശിലകൾ കൊണ്ടുതീർത്ത ചൈതന്യസ്ഥാനമാണ് മണിത്തറ. മണിത്തറയുടെ മദ്ധ്യത്തുള്ള കുഴിയിലാണ് സ്വയംഭൂവായി ശ്രീ പരമേശ്വരൻ കുടികൊള്ളുന്നത്. തിരുവഞ്ചിറയിൽ മറ്റൊരു ഭാഗത്തായി ശ്രീപാർവ്വതിയുടെ സങ്കേതസ്ഥാനമായ അമ്മാറക്കല്ല് കാണാം. ശിവപാർവ്വതിമാരുടെയും മറ്റെല്ലാ ദേവഗണങ്ങളുടെയും സാന്നിദ്ധ്യമാണ് അക്കരെകൊട്ടിയൂരിനെ ചൈതന്യധന്യമാക്കുന്നത്.

ഇടവമാസത്തിലെ ചോതിനാൾ മുതൽ മിഥുനമാസത്തിലെ ചിത്തിര നാൾ വരെയുള്ള 28 ദിവസം മാത്രമാണ് അക്കരെകൊട്ടിയൂരിൽ പൂജാദി കർമ്മങ്ങൾ നടത്തുന്നത്. ഈ കാലയളവാണ് വൈശാഖമഹോത്സവ മായി കൊണ്ടാടുന്നത്. ഉത്സവവേളയല്ലാത്ത മറ്റു പതിനൊന്നു മാസങ്ങ ളിലും അക്കരെകൊട്ടിയൂരിൽ ഭക്തർക്ക് പ്രവേശനമില്ല. സർവ്വ ദേവഗ ണങ്ങളുടെയും പുണ്യസാന്നിദ്ധ്യമുള്ള അക്കരെകൊട്ടിയൂരിൽ ഇക്കാ ലത്ത് ദേവകൾ പൂജ നടത്തുന്നു എന്നത്രേ വിശ്വാസം.

മണിത്തറയ്ക്കു മുകളിൽ ഉത്സവകാലത്ത് മഴയും വെയിലു മേൽക്കാതെ താല്ക്കാലിക പർണ്ണശാല കെട്ടിയുണ്ടാക്കുന്നു. അമ്മാറ ക്കല്ലിൽ ഒരു ഓലക്കുടയ്ക്കു കീഴിലാണ് പരാശക്തിയുടെ സാന്നിദ്ധ്യം. ഭണ്ഡാരപ്പുരയും നിവേദ്യപ്പുരയുമൊക്കെ ഓലമേഞ്ഞ താല്ക്കാലിക കുടി ലുകളാണ്.

അക്കരെകൊട്ടിയൂരിന് അപൂർവ്വതയണയ്ക്കുന്നത് പാരിസ്ഥിതിക സൗഹൃദമാണ്. ചുറ്റുമുള്ള വനസ്ഥലികളുടെയും, കോടമഞ്ഞുവീഴുന്ന മലനിരകളുടെയും പാരിസ്ഥിതികസന്തുലനത്തിന് ഒട്ടും കോട്ടം വരാത്ത രീതിയിലുള്ള താല്ക്കാലിക പർണ്ണശാലകളാണ് ഇവിടെ നിർമ്മിച്ചിട്ടു ള്ളത്. കയ്യാലകൾ എന്നറിയപ്പെടുന്ന ഓലമേഞ്ഞ കുടിലുകളാണ് അടി യന്തിരക്കാർക്കും ദേവസ്വം പ്രതിനിധികൾക്കും തങ്ങളുടെ ഉത്തരവാദി ത്വങ്ങൾ നിറവേറ്റുവാനായി ഒരുക്കിയിരിക്കുന്നത്.

ഇവിടത്തെ പൂജാവിധികൾക്കും ആചാരാനുഷ്ഠാനങ്ങൾക്കും പൗരാ ണികതയുടെ നേർ സ്പർശമുണ്ട്. കാലത്തിന്റെ പ്രയാണത്തിലും അവ ഇന്നും അതേ ശൈലിയിൽ സംരക്ഷിച്ചുപോരുന്നു. കോൺക്രീറ്റ് സൗധ ങ്ങളും ആഡംബരങ്ങളുടെ അസഹനീയമായ കിലുക്കവും, ഭക്തിയുടെ പ്രദർശനവും മുഖമുദ്രയായ സമകാലീന ക്ഷേത്രാന്തരീക്ഷങ്ങളിൽ നിന്നു തികച്ചും വ്യത്യസ്തമാണ് കൊട്ടിയൂർ പെരുമാളിന്റെ വിശേഷങ്ങൾ.

ഐതിഹ്യങ്ങൾ ഭക്തിപരിവേഷം ചാർത്തുന്ന ദേവഭൂമിയാണ് കൊട്ടിയൂർ. ക്ഷേത്രോത്ഭവത്തെക്കുറിച്ചുള്ള ഐതിഹ്യത്തിൽപ്പോലും സമഭാവനയുടെ ദേവസ്പർശമുണ്ട്. കുറിച്യ വിഭാഗത്തിൽപ്പെട്ട ഒരു ആദി വാസി യുവാവ് അമ്പും വില്ലുമായി കൊടുംകാട്ടിൽ നായാട്ടിനുപോയി.

ഇടയ്ക്ക് അമ്പിന് മൂർച്ച കൂട്ടുന്നതിനായി അയാൾ ഒരു കാട്ടുകല്ലിൽ ഉരച്ചപ്പോൾ കല്ലിലെ മുറിപ്പാടിൽനിന്നും രക്തം പ്രവഹിക്കുവാൻ തുടങ്ങി. ഭയചകിതനായ യുവാവ് അലറിക്കരഞ്ഞുകൊണ്ട് ഓടി. ചെന്നെത്തിയത് ജ്ഞാനിയും ഉപാസകനുമായ പടിഞ്ഞാറ്റ നമ്പൂതിരിയുടെ ഇല്ലത്താണ്. കിതച്ചുകൊണ്ട് കുറിച്യൻ നടന്ന വിവരങ്ങൾ പറഞ്ഞൊപ്പിച്ചു. നമ്പൂതിരിക്ക് കാര്യങ്ങൾ ബോദ്ധ്യമായി. തൊട്ടടുത്ത ഗ്രാമപ്രദേശമായ മണത്തണയിൽ വസിക്കുന്ന ദേശാധികാരികളെ വിവരം ധരിപ്പിക്കുവാൻ നമ്പൂതിരി കുറിച്യനെ പറഞ്ഞുവിട്ടു. ദേശാധിപത്യം വഹിക്കുന്ന കുളങ്ങരയത്ത്, തിട്ടയിൽ, ആക്കൽ, കരിമ്പനയ്ക്കൽ, ചാത്തോത്ത് എന്നീ നായർ തറവാടുകളിലെ കാരണവന്മാർ പെട്ടെന്നു തന്നെ അവിടെയെത്തി. കാട്ടിലെ ശിലയിൽനിന്നും അപ്പോഴും രക്തം പ്രവഹിച്ചുകൊണ്ടിരിക്കുകയായിരുന്നു. സമീപത്തുകൂടി ഒഴുകിയിരുന്ന പുഴയിൽനിന്നും ജലമെടുത്തു പടിഞ്ഞാറ്റ നമ്പൂതിരി മന്ത്രം ചൊല്ലി ശിലമേൽ തളിച്ചു. രക്തധാര നിലച്ചില്ല. തുടർന്നു പാലും നെയ്യും അഭിഷേകം ചെയ്തിട്ടും ഫലം കണ്ടില്ല. അപ്പോൾ ഒരാൾ കൊണ്ടുവന്ന ഇളനീർക്കുലകൾ തൊണ്ടുചെത്തി ശിലയിൽ അഭിഷേകം ചെയ്തപ്പോൾ പൊടുന്നനെ രക്തപ്രവാഹം നിലച്ചു. അധികം വൈകാതെ ദൈവജ്ഞരെ വരുത്തി പ്രശ്നചിന്ത നടത്തിയപ്പോൾ കാനനത്തിലെ ശില ശ്രീപരമേശ്വരന്റെ സ്വയംഭൂലിംഗമാണെന്നും, ശക്തിസ്വരൂപിണിയായ ദേവിയുടെയും ത്രിമൂർത്തികളുടെയും സകലദേവഗണങ്ങളുടെയും സാന്നിദ്ധ്യം ഇവിടെയുണ്ടെന്നും തെളിഞ്ഞു. ഇതിന്റെ കാരണം തേടിയ ദൈവജ്ഞർക്ക് പുരാണ പ്രഥിതമായ ദക്ഷയാഗം നടന്നത് ഈ പുണ്യഭൂമിയിൽ വച്ചാണെന്ന മഹാരഹസ്യവും വെളിപ്പെട്ടു.

പുരാണത്തിലെ സംഭവബഹുലമായ ഒരേടാണ് ദക്ഷപ്രജാപതിയുടെ കഥ. അഹങ്കാരിയായിത്തീർന്ന ദക്ഷൻ പരാശക്തിയായ ദേവി തനിക്കു മകളായി പിറക്കണമെന്ന ആഗ്രഹപൂർത്തിക്കായി ഘോരതപം ചെയ്തു. പ്രത്യക്ഷയായ ദേവി ദക്ഷനു വരം കൊടുക്കുകയും എന്നാൽ തന്നെ അപമാനിക്കുന്ന തരത്തിൽ എന്തെങ്കിലും സംഭവിച്ചാൽ ഭൂലോകജീവിതം അവസാനിപ്പിക്കുമെന്നു മുന്നറിയിപ്പു നല്കുകയും ചെയ്തു. സതി ദക്ഷന്റെ മകളായി വളർന്നു. യൗവ്വനയുക്തയായപ്പോൾ പരമശിവനെ മാത്രമേ ഭർത്താവായി സ്വീകരിക്കൂ എന്ന തീരുമാനത്തിൽ സതി ഉറച്ചുനിന്നു. തന്റെ ശത്രുവായ പരമശിവനു മകളെ പാണിഗ്രഹണം ചെയ്തുകൊടുക്കാൻ ദക്ഷൻ തയ്യാറായില്ല. സ്വയംവരദിനത്തിൽ എല്ലാവരേയും അത്ഭുതപ്പെടുത്തിക്കൊണ്ട് അവിടെ പ്രത്യക്ഷനായ പരമശിവന്റെ കഴുത്തിൽ സതീദേവി മാല ചാർത്തി അദ്ദേഹത്തെ സ്വയംവരിച്ചു. പരമശിവനോടുള്ള ദക്ഷന്റെ പക അതോടെ വർദ്ധിച്ചു.

മഹാദേവനെ കരുതിക്കൂട്ടി അപമാനിക്കുന്നതിനായി ദക്ഷൻ നടത്തിയ യാഗത്തിലേക്ക് അദ്ദേഹത്തെയോ മകളെയോ ക്ഷണിച്ചില്ല. എങ്കിലും ക്ഷണിക്കാതെ യാഗഭൂമിയിലെത്തിയ സതിയെ ദക്ഷൻ കണ

ക്കറ്റ് ആക്ഷേപിക്കുകയും സതി യജ്ഞകുണ്ഡത്തിൽ ദേഹത്യാഗം നടത്തുകയും ചെയ്തു. വിവരമറിഞ്ഞ പരമശിവൻ വീരഭദ്രന്റെ നേതൃത്വത്തിൽ ഭൂതഗണങ്ങളെ യാഗഭൂമിയിലയച്ച് ദക്ഷന്റെ ശിരച്ഛേദം നടത്തി. യാഗം മുടങ്ങിയത് ലേകനാശത്തിനു തന്നെ ഹേതുവാകയാൽ ദേവകൾ മഹാവിഷ്ണുവിന്റെ സഹായത്തോടെ ശ്രീ പരമശിവനെ അനുനയിപ്പിച്ച് യജ്ഞമൃഗമായി സമർപ്പിച്ചിരുന്ന ആടിന്റെ തല ദക്ഷനു നല്കി അദ്ദേഹത്തെ ജീവിപ്പിച്ച് യാഗം പൂർത്തിയാക്കി. അഹങ്കാരം ശമിച്ച ദക്ഷൻ തന്റെ തെറ്റുകളൊക്കെ മഹാദേവനോടേറ്റു പറഞ്ഞ് മാപ്പപേക്ഷിച്ചു. തന്റെ പ്രാണേശ്വരിയായ സതിദേവി അന്തർദ്ധാനം ചെയ്ത യജ്ഞകുണ്ഡത്തിനരുകിൽ സ്വയംഭൂവായി ഭഗവാൻ വിശ്വനാഥൻ അന്നു മുതൽ കുടിയിരുന്നു.

യുഗങ്ങൾ കടന്നുപോയി. ഒരിക്കൽ പരശുരാമൻ താൻ വീണ്ടെടുത്ത കേരളഭൂമിയിലൂടെ യാത്ര ചെയ്യുമ്പോൾ കലിയുഗനാഥനായ കലി അദ്ദേഹത്തെ ആക്രമിച്ചു. കോപാകുലനായ കലിയെ പരശുരാമൻ വധിക്കുമോ എന്നു ഭയന്ന ത്രിമൂർത്തികൾ ഓടിയെത്തി കലിയുടെ മോചനത്തിനായി അപേക്ഷിച്ചു. തന്റെ മാനസഭൂമിയായ കേരളത്തിൽ കലിബാധയുണ്ടാവില്ല എന്ന ഉറപ്പിന്മേൽ പരശുരാമൻ കലിയെ വിട്ടയച്ചു. ഈ ഭൂമിയിൽ എല്ലാ വർഷവും വൈശാഖോത്സവം നടത്തണമെന്ന ത്രിമൂർത്തികളുടെ ആവശ്യവും പരശുരാമൻ അംഗീകരിച്ചു.

ത്രിമൂർത്തികൾ കൂടിച്ചേർന്നതുകൊണ്ട് ഈ ഭൂമി കൂടിയൂർ എന്നറിയപ്പെടുമെന്നും മുപ്പത്തിമുക്കോടി ദേവകളുടെയും സാന്നിദ്ധ്യം ഇവിടെയുണ്ടാകുമെന്നും ഭാർഗ്ഗവരാമൻ വ്യവസ്ഥ ചെയ്തു. വൈശാഖോത്സവകാലത്തു സ്വയംഭൂവിൽ പൂജ ചെയ്യുന്നതിനുള്ള തന്ത്രവിധികളും അദ്ദേഹം ആവിഷ്കരിക്കുകയുണ്ടായി. കുടിയൂർ ക്രമേണ കൊട്ടിയൂർ ആയി പരിണമിച്ചുവെന്നാണ് വിശ്വാസം.

കാലാന്തരത്തിൽ വൈശാഖ മഹോത്സവാഘോഷങ്ങൾ നിലയ്ക്കുകയും ഈ പ്രദേശം കൊടും കാനനമായി മാറുകയും ചെയ്തു. ഈ കാട്ടിലെ സ്വയംഭൂ ശിലയാണ് കുറിച്യ യുവാവിലൂടെ കൊട്ടിയൂർ വീണ്ടെടുത്തത്.

ഐതിഹ്യങ്ങളുടെ പുഷ്പകവിമാനത്തിൽനിന്നും പൊടുന്നനെ ഞാൻ തിരുവഞ്ചിറ ജലരാശിയിൽ താഴ്ന്നിറങ്ങി. പ്രദക്ഷിണവഴിയിലെ ഭക്തർക്കൊപ്പം ഞങ്ങളും നീങ്ങി. അജ്ഞാതമായ ഏതോ ശക്തിയാണ് ഞങ്ങളെ നിയന്ത്രിക്കുന്നതെന്നു തോന്നി.

മഹാദേവാ! തിരുവഞ്ചിറയിലെ ജലരാശിയിലൂടെ നീങ്ങുമ്പോൾ അങ്ങയുടെ മഹാസാന്നിദ്ധ്യം ഞങ്ങൾ അറിയുന്നു. ഇരുണ്ട നിത്യഹരിത വനങ്ങളും, മലനിരകളും പശ്ചാത്തലമൊരുക്കുന്ന കൊട്ടിയൂരിന്റെ ആശ്രമവിശുദ്ധിയിൽ സ്ഥലകാലങ്ങളുടെ അതിർവരമ്പുകൾ നേർത്തു നേർത്ത് ഇല്ലാതാകുന്നു. പ്രപഞ്ച സത്യങ്ങളുടെ അകംപൊരുൾ അഭൗമമായ ഒരാകാശദീപ്തിയായി ചക്ഷുസ്സുകൾക്കു മുന്നിൽ തെളിയുന്നു.

വാവലിപ്പുഴയുടെ തിരക്കൈകളിൽ സമർപ്പിതഗാത്രങ്ങളായി നിന്ന ഞങ്ങളെ പുഴ ഏറ്റുവാങ്ങുന്നു.

–2–

തിരുവഞ്ചിറയിൽ വാവലിപ്പുഴയുടെ വിശുദ്ധ ജലരാശിയിലൂടെ തീർത്ഥാടകർക്കൊപ്പം ഞങ്ങളും മൂന്നുപ്രദക്ഷിണം വച്ചു. അപ്പോഴേക്കും ഉച്ചശീവേലിക്കു സമയമായിക്കഴിഞ്ഞിരുന്നു. തിരുവഞ്ചിറയിൽനിന്ന് ഭക്ത ജനങ്ങൾ കരയ്ക്കുകയറി ശീവേലി ദർശനത്തിനായി കാത്തുനിന്നു. തെക്കുഭാഗത്തെ കയ്യാലകൾക്കു സമീപത്തുള്ള തറയിൽ തിരക്കിൽ ഇത്തിരി സ്ഥലമുണ്ടാക്കി ഞങ്ങളും നിന്നു.

ദേവസ്വം വക ഗജവീരന്മാർ കിഴക്കുഭാഗത്തുള്ള ആനത്താരയിലൂടെ തിരുവഞ്ചിറയിലെത്തി. അവ മണിത്തറയ്ക്കു മുന്നിലെത്തി മഹാദേവനെ നമസ്കരിച്ചു. കൂട്ടത്തിൽ തലയെടുപ്പുള്ള ഗജവീരൻ മണിത്തറയ്ക്കു മുന്നിൽ മുൻകാൽ മടക്കി നിന്നു. ദേവന്റെ തിടമ്പുമായി പൂജാരി ആന പ്പുറത്തു കയറി. രണ്ടാമത്തെ ആന അമ്മാറക്കല്ലിനരികിൽ മുട്ടുകുത്തി നിന്ന് ദേവിയുടെ തിടമ്പേറ്റിയ പൂജാരിയെയും പുറത്തേറ്റി.

ഒരു ഘോഷയാത്രയുടെ പരിവേഷണമണിഞ്ഞാണ് ഉച്ചശീവേലി യിലെ പ്രദക്ഷിണം. മുന്നിൽ വാളും പരിചയുമായി ഓലക്കുട ചൂടിയ ഒരു സ്ഥാനി. തൊട്ടു പിന്നിൽ ശംഖ്, ഇടയ്ക്ക, തകിൽ, ഇലത്താളം, ചേങ്കില എന്നീ വാദ്യോപകരണങ്ങൾ വായിച്ച് മേളക്കാർ. അതിനു പിന്നിൽ ഭാണ്ഡവുമായി മറ്റൊരു സ്ഥാനി. പന്തവുമേന്തി മറ്റൊരാളും.

അക്കരെ കൊട്ടിയൂരിലെ ഉച്ചശീവേലി

അതിനും പിന്നിലായി മഹാദേവന്റെ തിടമ്പേറ്റിയ ഗജവീരൻ. പന്തമേന്തിയ മറ്റൊരു സ്ഥാനിയുടെ പിന്നിൽ പരാശക്തിയുടെ തിടമ്പേറ്റിയ ഗജവീരനും. തിരുവഞ്ചിറയിലെ പുഴവെള്ളത്തിലൂടെ പ്രദക്ഷിണഘോഷയാത്ര നീങ്ങി. നാലുപാടും ഭഗവൽദർശനത്താൽ നിർവൃതിയിലായ ഭക്തജനങ്ങൾ. അക്കരെകൊട്ടിയൂരിനെ ഭക്തിപ്രകർഷത്തിലാക്കുന്ന ഉച്ചശീവേലിയുടെ ധന്യത. ആറു തവണ തിരുവഞ്ചിറയ്ക്കു വലം വച്ച് ഉച്ചശീവേലി അവസാനിച്ചു.

ഇരുപത്തിഎട്ടു ദിവസം നീണ്ടു നില്ക്കുന്ന വൈശാഖോത്സവ വേളയിൽ ദക്ഷിണകാശി എന്നറിയപ്പെടുന്ന അക്കരെകൊട്ടിയൂരിൽ ആചാരങ്ങളുടെ ഭാഗമായി നടക്കുന്ന ഒട്ടേറെ അനുഷ്ഠാനങ്ങളും, ചടങ്ങുകളുമുണ്ട്. നാനാത്വത്തിലെ ഏകത്വമാണ് കൊട്ടിയൂരിന്റെ മുഖമുദ്ര. നാനാജാതി വിഭാഗങ്ങളിൽപ്പെട്ടവർ ഏകഭാവത്തോടെ അവർക്കായി നിയോഗിക്കപ്പെട്ട കർമ്മങ്ങൾ ഊഴമനുസരിച്ച് നിവർത്തിച്ചുപോരുന്നു. ക്ഷേത്രേശന്മാർ, തന്ത്രി മുഖ്യന്മാർ. ചാക്യാർ, മാരാർ, കുറിച്യൻ, ആശാരി, കാര്യത്ത് കൈക്കോളൻ തുടങ്ങി നിരവധി സ്ഥാനികൾ ഈ ക്ഷേത്രത്തിന്റെ നിത്യനിദാനച്ചടങ്ങുകളിൽ ഭാഗഭാക്കുകളാകുന്നു. വൈശാഖോത്സവ കാലത്ത് തിരുവഞ്ചിറയുടെ പാർശ്വങ്ങളിൽ താല്ക്കാലികമായി കെട്ടിയുയർത്തിയ ഓലമേഞ്ഞ കയ്യാലകളെന്ന പർണ്ണശാലയിൽ താമസിച്ച് അവർ തങ്ങളുടെ കർമ്മങ്ങൾ നിറവേറ്റിപ്പോരുന്നു. ക്ഷേത്രഭരണത്തിന്റെ സുഗമമായ നടത്തിപ്പിന് ദേവസ്വം ബോർഡിന്റെ കീഴിൽ ഒരു ഭരണസമിതിയുമുണ്ട്.

ഇടവമാസത്തിലെ മകരം നാളിൽ നീരെഴുന്നള്ളത്ത് എന്ന ചടങ്ങോടെയാണ് അക്കരെ ക്ഷേത്രസന്നിധിയിൽ സ്ഥാനികളും പാരമ്പര്യാവകാശികളും ആദ്യമായി പ്രവേശിക്കുന്നത്. ക്ഷേത്രം ജന്മശാന്തി പടിഞ്ഞാറ്റ ഇല്ലം നമ്പൂതിരിയുടെ കാർമ്മികത്വത്തിൽ ഈ ദിവസം സ്വയംഭൂലിംഗ സ്ഥാനത്ത് നീരഭിഷേകവും മറ്റു ചടങ്ങുകളും നടത്തുന്നു.

നീരെഴുന്നള്ളത്തിന്റെ പിറ്റേന്നാണ് കാര്യത്ത് കൈക്കോളൻ എന്ന സ്ഥാനിയുടെയും മനുഷ്യങ്ങൾ എന്ന അടിയന്തിര വിഭാഗക്കാരുടെയും മേൽനോട്ടത്തിൽ വാവലിപ്പുഴയ്ക്കു കുറുകെ ചിറ കെട്ടുന്നത്. ചിറകെട്ടി നിർത്തുന്ന വെള്ളമാണ് ചാലുകീറി തിരുവഞ്ചിറയിലേക്ക് ഒഴുക്കുന്നത്.

മിഥുനമാസത്തിലെ ചോതിനാളിൽ പടിഞ്ഞാറ്റ ഇല്ലം നമ്പൂതിരി മണിത്തറയിൽ പുണ്യാഹം തളിച്ച് ചോതി വിളക്കു തെളിയിക്കുന്നതോടെ വൈശാഖോത്സവത്തിനു തുടക്കമായി. മുൻവർഷത്തെ ഉത്സവസമാപ്തിയിൽ സ്വയംഭൂലിംഗത്തെ മൂടിയ അഷ്ടബന്ധം നീക്കം ചെയ്യുന്ന ‘നാളം തുറക്കൽ’ ചടങ്ങാണ് പിന്നീട്. തുടർന്ന് നെയ്യാട്ടം നടത്തുന്നു. മണത്തണ ഭഗവതിക്ഷേത്രത്തിൽ സൂക്ഷിച്ചിരിക്കുന്ന കൊട്ടിയൂർ ക്ഷേത്രം വക കലശങ്ങൾ, തിരുവാഭരണങ്ങൾ എന്നിവയും പാർവ്വതീ പരമേശ്വരന്മാരുടെ ബലിബിംബങ്ങൾ, വാൾ തുടങ്ങിയവയും ക്ഷേത്രത്തിലേക്കു കൊണ്ടു വരുന്ന ഭക്തിനിർഭരമായ ചടങ്ങാണ് ഭണ്ഡാരം എഴു

ന്നള്ളത്ത്. ഇതോടെ ക്ഷേത്രസന്നിധിയിൽ തന്നാണ്ടത്തെ പൂജാദികർമ്മ ങ്ങൾ ആരംഭിക്കുന്നു.

വൈശാഖോത്സവകാലത്തെ പ്രധാന ചടങ്ങുകളിലൊന്നാണ് ഇള നീർവരവും, ഇളനീർവെപ്പും ഇളനീരാട്ടവും. തണയാൻ സമുദായംഗങ്ങ ളാണ് വ്രതശുദ്ധിയോടെ ഇളനീരുകൾ അഭിഷേകത്തിനായി കൊണ്ടു വരുന്നത്. തെങ്ങോലയുടെ മടൽ ഒരു നിശ്ചിത അളവിൽ മുറിച്ചെടുത്ത് അതിന്റെ ഇരുഭാഗത്തുമായി ഇളനീർ കെട്ടിത്തൂക്കി ഇളനീർക്കാവുകൾ ഒരുക്കുന്നു. ഇളനീർ വെപ്പു ദിവസം നഗ്നപാദരായി സഞ്ചരിച്ചാണ് ഇവർ ക്ഷേത്ര പരിസരത്തെത്തിച്ചേരുന്നത്. പൂക്കൾ തുന്നിപ്പിടിപ്പിച്ച പാള ത്തൊപ്പി വച്ച് ശുഭ്രവസ്ത്രധാരികളായി തോളിൽ പാളസഞ്ചിയും ഇള നീർക്കാവുകളായി ഇവർ എത്തുന്നു. കിഴക്കേ നടയിൽ അമ്മാറക്കല്ലിനു വടക്കുഭാഗത്തായി പ്രത്യേകം കെട്ടിയുണ്ടാക്കിയ ആൽത്തറയിലാണ് ഇള നീർക്കാവു സമർപ്പണം നടത്തുന്നത്. പിറ്റേന്നാൾ രാവിലെ മുതൽ കാര്യത്ത് കൈക്കോളൻ എന്ന സ്ഥാനികന്റെ നേതൃത്വത്തിലുള്ള സംഘം ഇളനീരുകൾ മുഴുവൻ ചെത്തി അഭിഷേകത്തിനായി മുഖമണ്ഡപത്തിൽ സമർപ്പിക്കുന്നു.

യാഗം മുടക്കുന്നതിനായി വീരഭദ്രൻ ഭൂതഗണസമേതം ദക്ഷയാഗ വേദിയിൽ പ്രവേശിച്ചതിനെ ഓർമ്മിപ്പിക്കുന്ന ചടങ്ങാണ് മുത്തപ്പൻ വരവ്. കുറിച്യ സമുദായത്തിൽപ്പെട്ടവരാണ് മുത്തപ്പൻ വരവ് നിർവ്വഹിക്കുന്നത്. അതിനുശേഷമാണ് ഇളനീരുകളിലെ ജലം സ്വയംഭൂലിംഗത്തിൽ അഭി ഷേകം ചെയ്യുന്ന സവിശേഷമായ ഇളനീരാട്ടം.

ഇളനീർ വെപ്പിനുശേഷം കൊണ്ടാടുന്ന അഷ്ടമി, തിരുവോണം, രേവതി, രോഹിണി എന്നീ ആരാധനാവിശേഷങ്ങൾ പ്രധാനമാണ്. രോഹിണി ആരാധനാദിവസം സ്വയംഭൂവിൽ നടത്തുന്ന ആലിംഗന പുഷ് പാഞ്ജലി എന്ന അനുഷ്ഠാനം മണിക്കൂറുകളോളം നീണ്ടു നില്ക്കുന്നു. കുറുമാത്തൂർ ഇല്ലത്തെ ഏറ്റവും മുതിർന്ന ബ്രാഹ്മണ ശ്രേഷ്ഠനാണ് വൈശേഷികമായ ഈ ചടങ്ങ് നിർവ്വഹിക്കാനുള്ള അവകാശം.

ചടങ്ങുകളുടെ മറ്റൊരു ഘട്ടം ആരംഭിക്കുന്നത് മകം നാളോടെ യാണ്. മകം നാളിലെ ഉച്ചശീവേലികഴിഞ്ഞാൽ ശീവേലിക്കെഴുന്നള്ളിച്ച ഗജവീരന്മാർക്കു ക്ഷേത്രേശന്മാരും അടിയന്തരാവകാശികളും ചേർന്ന് നിവേദ്യ പ്രസാദങ്ങൾ നല്കി തിരിച്ചയക്കുന്നു. പിന്നീട് സ്ത്രീകൾക്കും ക്ഷേത്ര സന്നിധിയിൽ പ്രവേശനം അനുവദിക്കുന്നതല്ല. പൂജകളുടെ ഭാഗ മായി ഗൂഢകർമ്മങ്ങൾ അനുഷ്ഠിക്കുന്നതിനാലാണിത്.

മകം നാളിലെ പ്രധാന ചടങ്ങാണ് കലംവരവ്. മുഴക്കുന്ന് ഗ്രാമ ത്തിലെ കുശവസമുദായത്തിൽപ്പെട്ട നല്ലൂരാൻ എന്ന പാരമ്പര്യസ്ഥാനി കന്റെ നേതൃത്വത്തിലുള്ള സംഘാംഗങ്ങൾ കലശപൂജയ്ക്കാവശ്യമായ മൺകലങ്ങൾ പച്ചില കൊണ്ടു തുന്നിയുണ്ടാക്കിയ ഉടയാടകൾ മാത്രം ധരിച്ച് രാത്രി വൈകി ഇരുളിൽ ക്ഷേത്രസന്നിധിയിലെത്തുന്നു.

വൈശാഖോത്സവത്തിന്റെ സമാപനമായാണ് കലശാഭിഷേകം നട

ക്കുന്നത്. മണിത്തറയിൽ ചിത്രവിളക്കു തെളിയിക്കുകയും എല്ലാ തന്ത്രിവര്യന്മാരും ചേർന്ന് കളഭാഭിഷേകം നടത്തുകയും സമൂഹപുഷ്പാഞ്ജലി അർപ്പിക്കുകയും ചെയ്യുന്നതോടെ തന്നാണ്ടത്തെ പൂജാനുഷ്ഠാനങ്ങൾ പൂർണ്ണമാകുന്നു. ഭണ്ഡാരം തിരിച്ചെഴുന്നള്ളിച്ചു കഴിഞ്ഞാൽ പിറ്റേന്നു ചോതിനാളിൽ തന്ത്രപ്രമുഖരും സഹായികളും കൂടി സ്വയംഭൂലിംഗം അഷ്ടബന്ധം കൊണ്ടുമൂടി ക്ഷേത്രത്തിൽനിന്നും മടങ്ങിപ്പോരുന്നു.

പിന്നീട് മൂപ്പന്റെ നേതൃത്വത്തിൽ മണിത്തറയിലെത്തുന്ന കുറിച്യമാർ അവിടെ ഉപേക്ഷിക്കപ്പെട്ട നിവേദ്യവസ്തുക്കൾ ഭക്ഷിക്കുകയും മണിത്തറ അശുദ്ധമാക്കുകയും ചെയ്യുന്നു. അതോടുകൂടി തന്നാണ്ടത്തെ വൈശാഖോത്സവത്തിനു തിരശ്ശീല വീഴുകയായി. പതിനൊന്നു മാസങ്ങൾക്കുശേഷമുള്ള അടുത്ത വൈശാഖോത്സവത്തിനായുള്ള നീണ്ട കാത്തിരിപ്പിന്റെ സുഖസുഷുപ്തിയിലേക്ക് അക്കരെകൊട്ടിയൂർ ഉൾവലിയുന്നു.

രോഹിണി ആരാധനയുടെ തലേന്നാൾ പൂർവ്വാഹ്നത്തിലായിരുന്നുവല്ലോ ഞങ്ങൾ കൊട്ടിയൂർ പെരുമാളിന്റെ സന്നിധിയിൽ എത്തിയത്. അതിനാൽ തീർത്ഥാടകത്തിരക്ക് ഏറെയായിരുന്നു. ഇടമുറിയാതെ പെയ്യുന്ന മഴയും. മഴയുടെ കാല്പനിക സൗന്ദര്യം തൊട്ടറിഞ്ഞ ദിനരാത്രങ്ങൾ! മഴ മുറിയുന്ന ഇടവേളകളിലാകട്ടെ കോടമഞ്ഞിന്റെ മലയിറക്കം! ഈറനിൽ മുങ്ങിയ ഭക്തജനങ്ങൾക്കിടയിലൂടെ വാവലിപ്പുഴയുടെ ഓളക്കൈകളിൽ പിടിച്ചു നീങ്ങുമ്പോൾ വല്ലാത്തൊരു പ്രശാന്തിയുടെ തലോടൽ!

വൈകിട്ട് അക്കരെകൊട്ടിയൂരിൽനിന്നും വാവലിപ്പുഴയിലെ ആദ്യപാലവും കടന്ന് ഇക്കരയെത്തിയപ്പോൾ ഒരു വൃക്ഷത്തറയിൽ ചെറിയ ഉരുളൻ കല്ലുകൾ കൂട്ടിവയ്ക്കുന്ന ജോലിയിൽ വ്യാപൃതരായിരിക്കുന്ന കുറേപ്പേരെ കണ്ടു. കല്ലുകൾ പിരമിഡാകൃതിയിൽ മുകളിലേക്ക് ശ്രദ്ധയോടെ അവർ അടുക്കുന്നു. ഒന്നനങ്ങിയാൽ കൽപിരമിഡുകൾ മറിഞ്ഞു വീഴാം. ജീവിതംപോലെ. കൽക്കൂന പൂർത്തിയായാൽ ഉദ്ദിഷ്ടകാര്യസിദ്ധിക്കുവേണ്ടി കൊട്ടിയൂർ പെരുമാളിനോട് പ്രാർത്ഥിക്കാം. അടുത്തവർഷം കൊട്ടിയൂരിലെത്തും മുമ്പ് പ്രാർത്ഥന സഫലമാകുമെന്നാണ് വിശ്വാസം.

കൽപിരമിഡുകൾ പണിയുന്നവരോടൊപ്പം ഞാനുംകൂടി. വാവലിപ്പുഴ ചെത്തിമിനുക്കിയ കുറേ ഉരുളൻ കല്ലുകൾ അടുക്കി ഞാനും ഒരു കൽകൂമ്പാരം ഒരുക്കി. പ്രത്യേകിച്ചൊന്നും പെരുമാളിനോട് അഭ്യർത്ഥിക്കാനില്ലാത്തതിനാൽ യുദ്ധങ്ങളില്ലാത്ത, തീവ്രവാദി ആക്രമണങ്ങളില്ലാത്ത, അഭയാർത്ഥികളില്ലാത്ത ഒരു ലോകം ഉണ്ടാകണേ എന്നും മനസ്സിൽ ഉരുവിട്ടു. ഒരുപക്ഷേ, അടുത്തവർഷത്തേക്കു സഫലമാകാനിടയില്ലാത്ത ഒരു പ്രാർത്ഥന!

വാവലിപ്പുഴയിലെ രണ്ടാം പാലവും കടന്ന് ഇക്കരെകൊട്ടിയൂരിലെത്തിയാൽ ഓടപ്പൂവുകളുടെ ഒരു ലോകമാണ്. ഓടപ്പൂവുകൾ വില്ക്കാ

നായി പ്രദർശിപ്പിച്ചിരിക്കുന്ന ധാരാളം താല്ക്കാലിക കടകൾ, കൊട്ടിയൂരിലെത്തുന്ന തീർത്ഥാടകരുടെ പ്രസാദമാണത്രേ ഓടപ്പൂക്കൾ!

ഓടപ്പൂക്കടയിലൊന്നിലേക്കു ഞങ്ങൾ കയറി.

ഓടപ്പൂ നിർമ്മാണവും വിപണനവും ഒരു കുടിൽ വ്യവസായമാണ് കൊട്ടിയൂരിൽ. വൈശാഖോത്സവക്കാലത്ത് ഓടപ്പൂക്കച്ചവടത്തിനായി ദേവസ്വത്തിൽനിന്നും കരാറെടുക്കുന്നവർ ഏറെ.

"ഈ ഉത്സവകാലത്ത് രണ്ടുകോടി രൂപയുടെ കച്ചവടമാണ് ഞങ്ങൾ ലക്ഷ്യമിടുന്നത്." കടയിൽ മേൽനോട്ടക്കാരനായ ബേബി പറഞ്ഞു. കടയിൽ ധാരാളം ജോലിക്കാരുണ്ട്. കടയ്ക്കുള്ളിൽ ഓടപ്പൂ നിർമ്മാണം തകൃതിയായി നടക്കുന്നു.

ബേബി ഓട ഉണ്ടാക്കുന്നവിധം പറഞ്ഞു തന്നു. ഓരോ ഘട്ടത്തിലെയും ജോലി ചെയ്യുന്നവരേയും കാണിച്ചു തന്നു.

പ്രത്യേക വലിപ്പത്തിലുള്ള ഈറ്റ കാട്ടിൽനിന്നും മുറിച്ചെടുക്കുന്നു. മുട്ടിനുവെച്ച് ഈറ മുറിച്ച് അതിന്റെ തൊലി ചീകി കളയുന്നു. തൊലി ചീകിയ കഷണങ്ങൾ വെള്ളത്തിലിട്ട് നന്നായി കുതിർക്കുന്നു. പിന്നീട് മൃദുവായ അതിന്റെ ചോറ് തല്ലിക്കളയുന്നു. ഒടുവിൽ അതു നാരുമാത്രമാകും. മുട്ടുകാണാത്ത രീതിയിൽ നാരുകൾ തിരിച്ചിട്ട് നാരുകൊണ്ടു തന്നെ പിരിച്ച് അതിനു വള്ളിയുമുണ്ടാക്കുന്നു. ഈ വള്ളിയിലാണ് ഓടപ്പൂക്കൾ തൂക്കിയിടുന്നത്.

വൈശാഖോത്സവത്തിനു ധവളചാരുത പകരുന്ന ഓടപ്പൂവിനെപ്പറ്റി പല ഐതിഹ്യങ്ങളുമുണ്ട്. ദക്ഷ പ്രജാപതിയുടെ രാജഗുരുവായ ഭൃഗുമുനിയുടെ നരച്ചതാടിയായാണ് ഓടപ്പൂവിന്റെ സങ്കല്പമെന്ന ഒരു പക്ഷമുണ്ട്. വീരഭദ്രനെ പരമശിവൻ സൃഷ്ടിച്ചത് സ്വന്തം ജടയിൽ നിന്നായതിനാൽ ഓടപ്പൂ അതിന്റെ അനുസ്മരണമാണെന്നും വിശ്വാസമുണ്ട്. എന്തായാലും ഓടപ്പൂ മനോഹരമായ ഒരു ഓർമ്മ വസ്തു തന്നെയാണ്. കൊട്ടിയൂർ തീർത്ഥാടനം നടത്തി എന്നതിന്റെ ചിഹ്നമായി അതു ഭക്തഗൃഹങ്ങളിലും പൂജാമുറികളിലും വാഹനങ്ങളിലുമൊക്കെയായി പരിലസിക്കുന്നു. അടുത്ത വർഷത്തെ ഓടപ്പൂ കൊണ്ടുവന്നതിനുശേഷമേ പഴയ ഓടപ്പൂ മാറ്റാവൂ എന്നാണ് പ്രമാണം.

രോഹിണി ആരാധന നാൾ തീർത്ഥാടകത്തിരക്കു പിന്നെയും വർദ്ധിച്ചിരുന്നു. തിരുവഞ്ചിറയ്ക്കു മേൽ ആർത്തലച്ചുപെയ്യുന്ന മഴയെ ആരും ഗൗനിക്കുന്നില്ല. മിക്കവരും കുട ചൂടുന്നില്ല. പരമേശ്വരസന്നിധിയിൽ മഴയും പൂക്കളെപ്പോലെയായിരിക്കണം ഭക്തജനങ്ങൾക്ക്. വാവലിപ്പുഴയിൽ കുളിച്ച് ഈറനോടെയാണ് മിക്കവരും ക്ഷേത്രത്തിലെത്തുന്നത്.

എന്റെയരികിൽ ഈറനിൽ കുളിച്ചുനിന്ന ഒരു ചെറിയ തീർത്ഥാടക സംഘത്തിന്റെ തലവനെന്നു തോന്നിച്ച ഒരു ഭക്തനെ ഞാൻ പരിചയപ്പെട്ടു. ബാലൻപിള്ള എന്നാണ് അദ്ദേഹത്തിന്റെ പേര്. വയനാട്ടിലെ താമരശ്ശേരിക്കാരൻ.

"നാല്പതുവർഷമായി ഞാൻ കൊട്ടിയൂരിലെത്തുന്നു. ആദ്യകാലത്ത്

സൗകര്യങ്ങളൊന്നുമുണ്ടായിരുന്നില്ല. ഇത്ര തിരക്കുമില്ല. വളരെക്കുറച്ചാളുകളേ ഉണ്ടാവൂ. ഇവിടേക്ക് ബസില്ല. കൂത്തുപറമ്പു വഴി നടന്നുവരും. നടന്നു തളരുമ്പോൾ ഏതെങ്കിലും കടത്തിണ്ണയിൽ കിടന്നുറങ്ങും".

തീർത്ഥാടനസ്മരണകളിൽ ബാലൻപിള്ള സ്വയം നഷ്ടപ്പെടുന്നതു ഞാനറിഞ്ഞു.

"ഇന്ന് എല്ലാം മാറി. സൗകര്യങ്ങൾ കൂടി, ഇപ്പോൾ എല്ലാ വർഷവും കുടുംബസമേതം എത്തുന്നു". ബാലൻപിള്ള തന്റെ കുടുംബാംഗങ്ങളെ പരിചയപ്പെടുത്തി.

വീണ്ടും ഉച്ചശീവേലിയുടെ ഭക്തിസാന്ദ്രമായ മുഹൂർത്തങ്ങൾ. ശീവേലി കഴിഞ്ഞു പുറത്തേക്കുപോകുന്ന തീർത്ഥാടകർക്കൊപ്പം ഞങ്ങളും നീങ്ങി. വാവലിപ്പുഴ കടന്ന് വീണ്ടും ഇക്കരെ കൊട്ടിയൂരിൽ. മഹാദേവ അതിഥി മന്ദിരത്തിൽ ശിവരാജൻ കാത്തിരിപ്പുണ്ടായിരുന്നു. കൈയിൽ ഞങ്ങൾക്കു തരാനായി ഓടപ്പൂ പ്രസാദവും.

കൈലാസനാഥന്റെ സന്നിധിയിൽനിന്നും മടക്കയാത്രയ്ക്കായി ഞങ്ങളൊരുങ്ങി. വരുംവർഷത്തെ വൈശാഖോത്സവത്തിന് വീണ്ടും എത്തുമെന്ന് എന്റെ മനസ്സ് മന്ത്രിക്കുന്നതുപോലെ തോന്നി.

ബേക്കൽ കോട്ടയിൽ

ബേക്കലിനെക്കുറിച്ച് ഞാൻ കേൾക്കുന്നത് നളിനി ബേക്കൽ എന്ന കഥാകാരിയുടെ പേരിൽനിന്നാണ്. അതും എത്രയോ വർഷങ്ങൾക്കുമുമ്പ്. എന്റെ ബിരുദ വിദ്യാഭ്യാസ കാലത്തായിരുന്നു അത്. ഞങ്ങൾ ഒരേ കാലത്തു കഥയെഴുതിത്തുടങ്ങിയതു കൊണ്ടാകാം നളിനി ബേക്കലിനെ ഞാൻ ശ്രദ്ധിക്കാൻ തുടങ്ങിയത്. യഥാർത്ഥത്തിൽ ബേക്കൽ എവിടെ യാണെന്നോ അവിടെ ഒരു കോട്ടയുണ്ടെന്നോ ഉള്ള അറിവുകളൊന്നും അന്നെനിക്കുണ്ടായിരുന്നില്ല. പിന്നെ എപ്പോഴോ നളിനി ബേക്കൽ എന്റെ

നിരീക്ഷണത്തട്ട് - ബേക്കൽകോട്ട

വായനയുടെ താളുകളിൽനിന്നും ഇറങ്ങിപ്പോകുകയും ചെയ്തിരുന്നിരിക്കണം.

പിന്നീട് ബേക്കലിന്റെ ചിത്രങ്ങൾ എന്റെ കൺമുന്നിൽ നിരത്തിയത് സംവിധായകൻ മണിരത്നത്തിന്റെ *ബോംബെ* എന്ന ചിത്രത്തിലെ 'ഉയിരേ ഉയിരേ' എന്ന ഗാനചിത്രീകരണ രംഗമാണ്. ക്യാമറാ ചലനത്തിന്റെ മാന്ത്രികതയിൽ ഗാനരംഗത്തിനപ്പുറം ബേക്കൽ എന്റെ ദൃശ്യബോധത്തിൽ വലനെയ്യുകയായിരുന്നു.

പിന്നെയും എത്രയോ കാലം! എന്റെ യാത്രയുടെ നിയോഗങ്ങളിലൊന്നും ബേക്കൽ കടന്നുവന്നില്ല. ഒരിക്കൽ കാസർഗോട്ട് ഒന്നു രണ്ടു ദിവസങ്ങൾ തങ്ങേണ്ടി വന്നപ്പോഴും കുറേ കിലോമീറ്ററുകളുടെ അകലത്തിൽ ബേക്കൽ മറഞ്ഞുനിന്നു. ഒടുവിൽ ഇക്കഴിഞ്ഞ മഴനാളുകളിലൊന്നിൽ കുടകിലേക്കുള്ള ഒരു യാത്രയുടെ ഭാഗമായി കേരളത്തിന്റെ തീരദേശത്തുകൂടിയുള്ള സഞ്ചാരത്തിൽ ബേക്കലിലേക്കുള്ള എന്റെ സ്വപ്ന യാത്ര യാഥാർത്ഥ്യമാകുകയായിരുന്നു.

നഗരത്തിന്റെ സ്പർശം ഇനിയും ഏറ്റുവാങ്ങാത്ത ശാന്തസുന്ദരമായ ഒരു ഗ്രാമമാണ് ബേക്കൽ. ബേക്കൽ കോട്ടയിലേക്കു വഴികാട്ടുന്ന ബോർഡുകൾ ഹൈവേയിൽ പല സ്ഥലത്തുമുണ്ടെങ്കിലും ബേക്കലിലെത്തിയപ്പോൾ അങ്ങനെയൊരു ബോർഡു കണ്ടില്ല. വഴിയിൽ ഒരു ക്ഷേത്രത്തിലേക്കുള്ള വളച്ചുവാതിലും ബോർഡും ബേക്കൽ കോട്ടയിലേക്കുള്ള വഴികൂടി പങ്കുവെക്കുന്നു എന്ന അറിവു നേടാൻ സഞ്ചാരി അതീന്ദ്രീയ ധ്യാനം അഭ്യസിച്ചിരിക്കണമെന്നു മാത്രം! കേന്ദ്രപുരാവസ്തു വകുപ്പിൻ കീഴിലുള്ള കോട്ടയിലേക്ക് കൃത്യമായ വഴി കാണിക്കുന്ന ഒരു ബോർഡുണ്ടാകണമെന്നു ശഠിക്കാനല്ലേ നമുക്കു കഴിയൂ.

മഴ പെയ്തൊഴിഞ്ഞ ഒരു രാവിന്റെ കുളിരിൽനിന്നും ബേക്കൽ അപ്പോഴും മോചിതമായിരുന്നില്ല. വേനൽ മഴയ്ക്കുശേഷമാണ് ബേക്കൽ കോട്ടയിലേക്കു പോകേണ്ടത്. അപ്പോഴേ ബേക്കൽ കുന്നുകൾ പച്ചപ്പണിയൂ. ബേക്കൽ കോട്ടയ്ക്ക് അപ്പോൾ ഒരു നവോഢയുടെ സൗന്ദര്യം കൈവരും.

പാർക്കിങ് സ്ഥലത്ത് ഒരു വാഹനം പോലും കണ്ടില്ല. ബേക്കൽ കോട്ടയിലെ ഈ ദിവസത്തെ ആദ്യസന്ദർശകർ ഞങ്ങളായിരിക്കാം. താരതമ്യേന തിരക്കുകുറഞ്ഞ പ്രഭാതനിരത്തിലൂടെ കണ്ണൂരിൽനിന്നുള്ള ഡ്രൈവിങ് പ്രതീക്ഷിച്ചതിലും നേരത്തെ ഞങ്ങളെ ബേക്കലിലെത്തിച്ചതാകാം കാരണം. ബേക്കലിലെ പ്രഭാത വെയിലിന്റെ നനവ് അതുകൊണ്ടുതന്നെ ഉന്മേഷദായകവുമായിരുന്നു.

കോട്ടയുടെ വലിയ കവാടം കടന്ന് ഉള്ളിലെത്തിയാൽ ഋജുരേഖയിലല്ലാത്ത മറ്റൊരു കവാടം കൂടി കടന്നു മാത്രമേ കോട്ടയ്ക്കകത്തേക്കു കടക്കാനാവൂ. ഉള്ളിലെ കോട്ടവാതിലിനു സമീപത്ത് ഒരു ഹനുമാൻ ക്ഷേത്രമുണ്ട്. പൊക്കം കുറഞ്ഞ മേൽക്കൂരയുള്ള ആഞ്ജനേയ ക്ഷേത്രത്തിൽനിന്നും മണികിലുങ്ങുന്നു. ഒപ്പം മന്ത്രോച്ചാരണത്തിന്റെ വിശുദ്ധ വൈഖരികളും.

ടിക്കറ്റ് കൗണ്ടറിൽനിന്നും ടിക്കറ്റെടുത്ത് ഞങ്ങൾ ഉള്ളിലേക്കു പ്രവേശിച്ചു. കോട്ടകൾക്ക് പൊതുവായി ഒരു നിഗൂഢത അവകാശപ്പെടാനാവും. എന്നാൽ ബേക്കൽ കോട്ടയാകട്ടെ, ഉള്ളിലെ കവാടം കടക്കുമ്പോഴേക്കും ഒരു നിമിഷം കൊണ്ട് എല്ലാ നിഗൂഢതകളും പൊട്ടിച്ചെറിഞ്ഞു കൊണ്ട് നമുക്ക് മുന്നിൽ പ്രകാശമായി പരന്നു കിടക്കും.

കേരളത്തിലെ ഏറ്റവും വലിയതെന്ന വിശേഷണം ചെങ്കല്ലുകൊണ്ട് നിർമ്മിച്ച ബേക്കൽ കോട്ടയ്ക്കുണ്ട്. നിർമ്മിതിയിൽ ബേക്കൽ കോട്ട കണ്ണൂരിലെ സെന്റ് ആൻജലസ് കോട്ടയെയും തലശ്ശേരി കോട്ടയെയും അനുസ്മരിപ്പിക്കുന്നു. ബേക്കൽ ഗ്രാമത്തിന്റെ തൊടുകുറിയായി 40 ഏക്കർ സ്ഥലത്ത് കോട്ട വ്യാപിച്ചു കിടക്കുന്നു. മൂന്നുവശങ്ങളും കടലായതിനാൽ കടൽത്തീരത്തുനിന്നും കെട്ടിയുയർത്തിയതാണ് കോട്ടയെന്ന് അനുമാനിക്കാം.

മറ്റു കോട്ടകളിൽനിന്നും ഏറെ വ്യത്യസ്തമാണിത്. സാധാരണയായി കോട്ടയ്ക്കുള്ളിൽത്തന്നെ കൊട്ടാരങ്ങളും, ഭരണസിരാകേന്ദ്രമായ കെട്ടിടങ്ങളുമൊക്കെയുണ്ടാവും. രാജകൊട്ടാരങ്ങളെ സംരക്ഷിക്കുകയെന്നതാണ് ഇത്തരം കോട്ടകളുടെ പ്രധാന ധർമ്മം. എന്നാൽ ഇവിടെ കോട്ടയ്ക്കുള്ളിൽ കൊട്ടാരങ്ങളോ മറ്റു ബംഗ്ലാവുകളോ ഒന്നും തന്നെയില്ല. ഒരു ചെറിയ വെടിമരുന്നുശാലയും പടവുകളിറങ്ങി താഴെ ചെന്നാൽ കാണാവുന്ന ഒരു കിണറും മാത്രമാണ് വേറെയുള്ള നിർമ്മിതികൾ. ശത്രുനിരീക്ഷണവും അവരെ തുരത്തിയോടിക്കുകയുമായിരുന്നു ബേക്കൽ കോട്ടയുടെ പ്രധാന ഉദ്ദേശ്യം. കോട്ടയിൽ കാണാവുന്ന വലിയ തുളകൾ തോക്കോ പീരങ്കികളോ കൊണ്ട് ശത്രുക്കളെ ലക്ഷ്യം വയ്ക്കാൻ വേണ്ടിയുള്ളതാണെന്നു കാണാം. ഏറ്റവും മുകളിലുള്ള തുളകൾ അകലെയുള്ള ശത്രുവിനെയും, തൊട്ടുതാഴെയുള്ളവ അടുത്തുള്ള ശത്രുവിനെയും, ഏറ്റവും താഴെയുള്ളവ വളരെ അടുത്തെത്തിയ ശത്രുവിനെയും ഉന്നം വയ്ക്കാൻ വേണ്ടിയുള്ളതായിരിക്കണം.

ദീർഘ വർഷങ്ങളിലെ ചരിത്രം അവകാശപ്പെടാവുന്നതാണ് ബേക്കൽ കോട്ട. പെരുമാൾ രാജവംശകാലത്ത് ബേക്കൽ മഹോദയപുരം രാജധാനിയുടെ ഭാഗമായിരുന്നു എന്ന് പുരാരേഖകൾ സൂചിപ്പിക്കുന്നു. 12-ാം നൂറ്റാണ്ടോടെ പെരുമാൾ വംശം ക്ഷയിച്ചപ്പോൾ ബേക്കൽ ഉൾപ്പെടുന്ന പ്രദേശം കോലത്തിരി രാജാക്കന്മാർക്ക് കീഴിലായി. അക്കാലത്ത് ബേക്കൽ തുളുനാട്ടിലെയും മലബാർ പ്രദേശത്തെയും ഒരു പ്രധാന തുറമുഖ പട്ടണമായി വളർന്നു. കോലത്തിരി രാജവംശ കാലത്താകാം ബേക്കൽ കോട്ടയുടെ ആദ്യരൂപം പണിഞ്ഞതെന്നു തെളിയിക്കുന്ന ചില ചരിത്ര രേഖകൾ നിലവിലുണ്ട്.

1565 ൽ നടന്ന തളിക്കോട്ട യുദ്ധത്തോടുകൂടി വിജയനഗരസാമ്രാജ്യം തകരുകയും ബദനോറിലെ കേലാടി നായ്ക്കന്മാർ എന്നറിയപ്പെട്ട പ്രബുക്കന്മാർ ശക്തരാകുകയും ചെയ്തു. ഇന്നത്തെ ഉഡുപ്പിയും ദക്ഷിണ കർണ്ണാടകയും കാസർഗോഡ് പ്രദേശവും ഉൾപ്പെടുന്ന തുളുനാടിന്റെ

സാമ്പത്തിക പ്രാധാന്യം തിരിച്ചറിഞ്ഞ അവർ ഇവിടം ആക്രമിക്കുകയും തങ്ങളുടെ രാജ്യത്തോട് കൂട്ടിച്ചേർക്കുകയും ചെയ്തു. മലബാർ മേഖലയിൽ നായ്ക്കന്മാരുടെ ഭരണത്തിന് അതോടെ ബേക്കൽ കേന്ദ്രമായി. ബേക്കൽ തുറമുഖപട്ടണത്തുണ്ടായിരുന്ന ചെറിയ കോട്ട ഇന്നു കാണുന്ന ബൃഹത്കോട്ടയാക്കുവാനുള്ള ശ്രമം തുടങ്ങിയത് ഹിരിയ വെങ്കിടപ്പാനായ്ക്കിന്റെ ഭരണകാലത്താണ്. എങ്കിലും കോട്ടയുടെ നിർമ്മാണം പൂർത്തിയാക്കിയത് 1650 ൽ പിൻഗാമിയായ ശിവപ്പാനായ്ക്കാണ്. കാസർഗോഡിനടുത്തുള്ള ചന്ദ്രഗിരിക്കോട്ടയും ഇക്കാലത്തു പണികഴിപ്പിച്ചതാണെന്നു ചരിത്രം രേഖപ്പെടുത്തുന്നു.

ഇക്കാലയളവത്രയും രാജ്യം പിടിക്കുവാൻ കോലത്തിരി രാജവംശം നായ്ക്കന്മാരോടു യുദ്ധത്തിൽ ഏർപ്പെട്ടുകൊണ്ടിരുന്നു. മൈസൂരിലെ ഹൈദരാലി ശക്തിയാർജ്ജിച്ചതോടെ നായ്ക്കന്മാരെ തോല്പിക്കുകയും ബേക്കൽ ഉൾപ്പെടെയുള്ള തെക്കൻ പ്രദേശം മൈസൂർ സുൽത്താന്റെ അധീനത്തിലാകുകയും ചെയ്തു.

ടിപ്പുവിന്റെ പടയോട്ടക്കാലത്ത് ബേക്കൽ കോട്ട ഒരു പ്രധാന സൈനിക കേന്ദ്രമായി വളർന്നു. കോട്ടയിൽനിന്നും പില്ക്കാലത്ത് ഖനനത്തിൽ കിട്ടിയ നാണയങ്ങളും മറ്റുപകരണങ്ങളും ബേക്കൽ കോട്ടയിൽ മൈസൂർ സുൽത്താന്മാരുടെ സാന്നിദ്ധ്യം വെളിവാക്കുന്നതാണ്. 1799 ൽ നടന്ന 4-ാം ഇംഗ്ലീഷ്-മൈസൂർ യുദ്ധത്തിൽ ടിപ്പുസുൽത്താൻ കൊല്ലപ്പെടുന്നതോടെ ബേക്കൽ കോട്ട ബ്രിട്ടീഷ് ഈസ്റ്റിന്ത്യ കമ്പനിയുടെ അധീനതയിലായി.

ബ്രിട്ടീഷ് ഭരണകാലത്ത് ബോംബെ പ്രസിഡൻസിയുടെ കീഴിൽ തെക്കൻ കാനറാ ജില്ലയിലെ ബേക്കൽ താലൂക്കിന്റെ ആസ്ഥാനമായി ബേക്കൽ മാറി. തെക്കൻ കാനറാ പിന്നീട് മദ്രാസ് പ്രസിഡൻസിയുടെ നിയന്ത്രണത്തിലായപ്പോൾ ബേക്കലിനുപകരം കാസർഗോഡ് താലൂക്കായി. ക്രമേണ ഒരു തുറമുഖപട്ടണമെന്ന നിലയിൽ ബേക്കലിന്റെ പ്രാധാന്യം കുറഞ്ഞു വന്നു. സ്വാതന്ത്ര്യാനന്തരം സംസ്ഥാന പുനരേകീകരണത്തോടെ കേരളം പിറവിയെടുക്കുകയും കാസർഗോഡ് ജില്ല കേരളത്തിന്റെ ഭാഗമായിത്തീരുകയും ചെയ്തു. ഒരു ടൂറിസ്റ്റുകേന്ദ്രമെന്ന നിലയിൽ ബേക്കൽ കോട്ടയുടെ വളർച്ച തുടങ്ങുന്നത് പിന്നീടാണ്. ഇന്നു കേരളത്തിലെ ഏറ്റവും മനോഹരമായ ടൂറിസ്റ്റ് കേന്ദ്രങ്ങളിലൊന്നായി ബേക്കൽ പ്രസിദ്ധി നേടിക്കഴിഞ്ഞു.

കോട്ടയുടെ രണ്ടാം കവാടവും കടന്ന് മനോഹരമായ പൂന്തോട്ടത്തിനു നടുവിലൂടെ നിരീക്ഷണത്തട്ടു ലക്ഷ്യമാക്കി ഞങ്ങൾ നടന്നു. ഉയർന്ന ഈ തട്ട് ടിപ്പുസുൽത്താന്റെ കാലത്ത് പണികഴിപ്പിച്ചതാണെന്നു കരുതപ്പെടുന്നു. തട്ടിലേക്കു നടന്നുകയറാം. അവിസ്മരണീയമായ ദൂരക്കാഴ്ചകളാണ് നിരീക്ഷണത്തട്ടിൽ നിന്നുള്ളത്. മൂന്നുഭാഗത്തേയും കടലുകളും അങ്ങു ദൂരെയുള്ള കാഞ്ഞങ്ങാട്, പള്ളിക്കര, ഉദുമ തുടങ്ങിയ ചെറു പട്ടണങ്ങളും കാഴ്ചയുടെ വിസ്തൃതിയിൽ പെടുന്നു. ശക്തിയാർ

ജ്ജിച്ചു വരുന്ന വെയിൽനാളങ്ങളെപ്പോലും വകവെക്കാതെ കടൽക്കാറ്റിന്റെ സുഖദമായ തലോടലേറ്റ് എത്ര നേരം വേണമെങ്കിലും നിരീക്ഷണത്തട്ടിൽ നില്ക്കാം. ഒരു കാലത്ത് ശത്രുക്കളുടെ കൃത്യമായ നീക്കം എത്ര അകലെയാണെങ്കിൽ പോലും കാണാവുന്ന തരത്തിൽ രൂപകല്പന ചെയ്ത നിരീക്ഷണത്തട്ട് ബേക്കൽ കോട്ടയിലെത്തുന്ന സഞ്ചാരികളെ മാടിവിളിക്കുന്നു. കോട്ടയുടെ മറ്റേ അറ്റത്തും ബീച്ചിനോടടുത്ത് ഉയരം കുറഞ്ഞ രണ്ടു നിരീക്ഷണത്തട്ടുകൾ കൂടിയുണ്ട്.

1995 ൽ രൂപം കൊടുത്ത ബേക്കൽ ടൂറിസം ഡവലപ്പ്മെന്റ് കോർപ്പറേഷനു കീഴിൽ 'ബേക്കൽ റിസോർട്ട്സ് ഡവലപ്പ്മെന്റ് കോർപ്പറേഷൻ' ബേക്കൽ ഫോർട്ട് ബീച്ചിന്റെ സൗന്ദര്യവല്ക്കരണം ഏറ്റെടുത്തു നടപ്പാക്കിക്കഴിഞ്ഞു. തെയ്യത്തിന്റെ ശില്പങ്ങളും മ്യൂറൽ ചിത്രങ്ങളും റോക്ക് ഗാർഡനും സോഷ്യൽ ഫോറസ്ട്രി പ്രവർത്തകർ വച്ചുപിടിപ്പിച്ച വനസ്ഥലിയും കടലോരത്തുകൂടിയുള്ള ഉയർന്ന നടപ്പാതയും സന്ദർശകർക്കു വിശ്രമിക്കാനുള്ള ഏറുമാടങ്ങളുമൊക്കെയായി ബേക്കൽ ഫോർട്ടു ബീച്ച് സഞ്ചാരികളെ വരവേല്ക്കുന്നു.

വെയിലിനു കനം കൂടിവരുന്നു എങ്കിലും ചെങ്കൽക്കോട്ടയുടെ മുകളിലുള്ള നടപ്പാതയിലൂടെ ഇടയ്ക്കിടെ പടവുകളിറങ്ങി ചെറിയ ഉരുളൻ കല്ലുകൾ നിറഞ്ഞ വഴിയിലൂടെയുള്ള ഞങ്ങളുടെ നടത്തം തുടർന്നു. എത്രയോ കാലമായുള്ള എന്റെ സ്വപ്നത്തിന്റെ തൂവലുകളാണ് ബേക്കൽ കോട്ടയുടെ നടവഴികളിൽ കൊഴിഞ്ഞു വീഴുന്നത്! നിരീക്ഷണത്തട്ടിൽ നില്ക്കുമ്പോൾ, പാട്ടുകാരനല്ലെങ്കിലും *ബോംബെ*യിലെ 'ഉയിരെ ഉയിരെ' എന്ന പാട്ട് ഞാനുറച്ചുപാടി. പാട്ടിന്റെ അലകൾ കോട്ടയുടെ മറുഭാഗത്ത് പ്രതിദ്ധ്വനിക്കുന്നുണ്ടായിരുന്നു.

കോട്ടയിലേക്ക് സന്ദർശകർ ധാരാളമായി എത്തിത്തുടങ്ങിയിരുന്നു. പ്രണയിനികൾ ഒരു പകൽ ചെലവഴിക്കാൻ എത്തുന്ന സ്ഥലമാണ് ബേക്കൽ കോട്ട എന്നു തോന്നി. ഓരോരുത്തർക്കും കാഴ്ചയുടെ അത്ഭുതങ്ങൾ കരുതിവച്ച് ബേക്കൽ കോട്ട അവരെയൊക്കെ തന്റെ സവിധത്തിലേക്ക് കൂട്ടിക്കൊണ്ടുപോകുന്നു.

മഹോദയപുരത്തെ പെരുമാക്കന്മാരും കോലത്തിരി രാജാക്കന്മാരും നായ്ക്കന്മാരും മൈസൂർ സുൽത്താൻമാരും ബ്രിട്ടീഷുകാരുമൊക്കെ യുദ്ധം ചെയ്ത് ചരിത്രനിർമ്മിതി നടത്തിയ കോട്ടയുടെ അനന്തസ്മൃതികൾക്കുമേൽ കാലം പെയ്തിറങ്ങുന്നതു ഞാനറിഞ്ഞു.

കാലസ്വരൂപന്റെ തിരുസന്നിധിയിൽ

ബേക്കൽ കോട്ടയിൽനിന്നും കർണ്ണാടകയിലെ സുള്ളിയയ്ക്കുള്ള യാത്രയിലായിരുന്നു ഞങ്ങൾ. കാസർഗോഡിൽനിന്നും സുള്ളിയയ്ക്കെത്താനുള്ള വഴി സുഹൃത്ത് ചന്ദ്രമോഹനനിൽനിന്നും ചോദിച്ചു മനസ്സിലാക്കുമ്പോഴാണ് അങ്ങേ തലയ്ക്കൽനിന്നും അയാൾ അന്വേഷിച്ചത്.

"വരും വഴി ക്ഷേത്രദർശനം നടത്തുന്നതിൽ വിരോധമുണ്ടോ?"

"പ്രത്യേകതയുള്ള ക്ഷേത്രമാണെങ്കിൽ തീർച്ചയായും പോകാം."

അങ്ങനെയാണ് അനന്തപുരം തടാക ക്ഷേത്രം പൊടുന്നനെ എന്റെ യാത്രാപരിപാടിയിൽ ഇടംനേടുന്നത്. ഈ മഹാക്ഷേത്രത്തെപ്പറ്റി ഏറെ കേട്ടിരുന്നുവെങ്കിലും ഇത്രവേഗം അവിടേക്കു പോകാനാകുമെന്ന് പ്രതീക്ഷിച്ചിരുന്നതേ ഇല്ല.

അല്ലെങ്കിൽത്തന്നെ, ജീവിതം പോലെ തന്നയല്ലേ യാത്രകളും. അപ്രതീക്ഷിതമായല്ലേ എല്ലാം സംഭവിക്കുക! ചിലപ്പോൾ കൊടുങ്കാറ്റുപോലെ. അല്ലെങ്കിൽ ഒരു കുളിർത്തെന്നൽപോലെ. അതുമല്ലെങ്കിൽ വിസ്മയത്തിന്റെ അടരുകൾ വെളിവാക്കിക്കൊണ്ട്.

കാസർഗോഡ് ടൗണിൽനിന്നും അത്ര അകലത്തല്ല കുമ്പള. അനന്തപുരം ഗ്രാമത്തിലേക്ക് കുമ്പളയിൽനിന്നും ആറു കി മി ദൂരമേയുള്ളൂ. ബേക്കലിൽനിന്നും ചെർക്കള വഴിയും അനന്തപുരത്തെത്താം.

പ്രധാനനിരത്തിൽനിന്നും അനന്തപുരത്തേക്കുള്ള വീതി കുറഞ്ഞ പാത വിജനമായിരുന്നു. പാറക്കൂട്ടങ്ങൾ നിറഞ്ഞ ചെറിയ കുന്നുകൾക്കിടയിലൂടെ വളഞ്ഞുപുളഞ്ഞു കിടക്കുന്ന പാത. ഇടയ്ക്ക് ചില ദിശാസൂചികളില്ലായിരുന്നുവെങ്കിൽ കുന്നുകളുടെ ചെറിയ മടക്കുകളിലെങ്ങോ ഞങ്ങൾ അപ്രത്യക്ഷരാകുമായിരുന്നു! ഒടുവിൽ ആഷാഢമേഘങ്ങൾക്കു കീഴെ ശാന്തമായ നിരത്തുകളുടെ പത്മവ്യൂഹം താണ്ടി ഞങ്ങൾ ക്ഷേത്രസവിധത്തിലെത്തി.

കുന്നുകളാൽ ചുറ്റപ്പെട്ട ഒരു ഗ്രാമം. കുന്നുകളുടെ താഴ്‌വരയിൽ കാരുണ്യമായി ക്ഷേത്രം. സാധാരണയായി ക്ഷേത്രങ്ങളിൽ പടവുകൾ കയറി മുകളിലെത്തുമ്പോഴാണ് സോപാനം. ഇവിടെ നേരെ തിരിച്ചാണ്.

മതിലിനു മദ്ധ്യേയുള്ള കിഴക്കേ കവാടത്തിലൂടെ ഉള്ളിൽ കടന്ന് താഴേക്കുള്ള പടവുകൾ ഇറങ്ങിയാൽ ആദ്യം ദേവസ്വം ആഫീസ്. ആഫീസ് കാര്യദർശി ശങ്കരനാരായണഭട്ടാണ് ക്ഷേത്രത്തിന്റെ സവിശേഷതകൾ പറഞ്ഞു തന്നത്.

“പുറത്തെ മതിൽ പ്രത്യേക തരത്തിലുള്ളതാണ്. സർപ്പക്കെട്ടുശൈലിയിലാണ് ഇതു പണിഞ്ഞിരിക്കുന്നത്. സർപ്പങ്ങൾക്കുപോലും ഉള്ളിൽ കടന്നുകയറാൻ കഴിയാത്ത രീതിയിലുള്ള നിർമ്മാണ ശൈലിയാണിത്.” ഭട്ട് നൂറ്റാണ്ടുകൾ പഴക്കമുള്ള മതിലിനെപ്പറ്റി പറഞ്ഞുകൊണ്ടിരുന്നു. ക്ഷേത്രത്തിന്റെ പൗരാണികത വിളംബരം ചെയ്യുന്നതാണ് മതിൽക്കെട്ട്. മതിലിന്റെ കുറെഭാഗം ഇപ്പോഴും കേടുപാടില്ലാതെ നിലകൊള്ളുന്നു.

തടാകത്തിനു മദ്ധ്യേ സ്ഥിതി ചെയ്യുന്ന കേരളത്തിലെ ഏക ആരാധനാലയമെന്ന ഖ്യാതി അനന്തപുരം ക്ഷേത്രത്തിനുണ്ട്. കാലഗണനയ്ക്ക് വഴങ്ങാത്ത ക്ഷേത്രോല്പത്തികഥയിൽ പുരാവൃത്തത്തിന് വിശേഷാൽ പ്രാധാന്യം അവകാശപ്പെടാം.

കൃഷ്ണഭക്തനായ തുളുബ്രാഹ്മണ സന്ന്യാസി വില്ല്വമംഗലം സ്വാമി ഇവിടെ ശ്രീകൃഷ്ണപൂജ ചെയ്തു വസിച്ചിരുന്നു. ഒരു ദിവസം അദ്ദേഹത്തിന്റെ മുമ്പിൽ ഒരു ബാലൻ പ്രത്യക്ഷപ്പെട്ടു. ബാലൻ അനാഥനെന്നു മനസ്സിലാക്കിയ സ്വാമി തന്റെ സഹായിയായി അവനെ കൂടെക്കൂട്ടി. പക്ഷേ, ബാലൻ ഒരു വ്യവസ്ഥ സ്വാമിയെക്കൊണ്ടംഗീകരിപ്പിച്ചിരുന്നു. തനിക്ക

അനന്തപുരത്തെ തടാകക്ഷേത്രം

നിഷ്ടമായത് എന്തെങ്കിലും സ്വാമിയുടെ ഭാഗത്തുനിന്നുണ്ടായാൽ താൻ ഇവിടം വിടുമെന്നതായിരുന്നു വ്യവസ്ഥ. കുറച്ചുനാൾ ബാലൻ സ്വാമിയോടൊത്തുകഴിഞ്ഞു. എന്നാൽ ബാലന്റെ കുസൃതിത്തരങ്ങൾ ഓരോ ദിവസവും അതിരുകടക്കുന്നുണ്ടായിരുന്നു.

സഹികെട്ട് ഒരു ദിവസം വില്ല്വമംഗലം സ്വാമി ബാലനെ കണക്കറ്റ് ശകാരിക്കുകയും പിടിച്ചുതള്ളുകയും ചെയ്തു. ഉടൻതന്നെ ബാലൻ അപ്രത്യക്ഷനായി. തന്നെ സ്വാമിക്കു കാണണമെങ്കിൽ അനന്തൻ സർപ്പം വസിക്കുന്ന അന്തൻ കാട്ടിലെത്തണമെന്നു ബാലൻ സ്വാമിയോടു പോകുംമുമ്പ് പറഞ്ഞിരുന്നു.

അപ്പോൾ മാത്രമാണ് വില്ല്വമംഗലം സ്വാമിക്ക് ബാലൻ സാക്ഷാൽ മഹാവിഷ്ണുതന്നെയെന്നു ബോദ്ധ്യമായത്. തേജസ്സോടെ ബാലൻ അപ്രത്യക്ഷനായ ക്ഷേത്രത്തിന്റെ വടക്കുകിഴക്കു ഭാഗത്ത് ഒരു ഗുഹ സ്വാമി കണ്ടു. ഗുഹയിലൂടെ നടന്ന സ്വാമി എത്തിച്ചേർന്നത് കടൽത്തീരത്താണ്. അവിടെ ഭഗവല്പാദങ്ങൾ ദർശിച്ച സ്വാമി പാദത്തെ പിന്തുടർന്നു തെക്കോട്ട് യാത്ര തിരിച്ചു. നീണ്ട യാത്രയ്ക്കൊടുവിൽ സ്വാമി കടൽത്തീരത്തു തന്നെയുള്ള അനന്തൻ കാട്ടിലെത്തി. അവിടെ വച്ച് ബാലൻ സ്വാമിക്ക് ദർശനം നല്കി പെട്ടെന്ന് ഒരു ആമ്രവൃക്ഷത്തിലേക്ക് മറഞ്ഞു. പൊടുന്നനെ ആ മാവ് നിലംപതിക്കുകയും ആയിരം സർപ്പങ്ങൾ കുട പിടിക്കുന്ന അനന്തന്റെ പുറത്തു ശയിക്കുന്ന വിഷ്ണുവിന്റെ രൂപമായി മാറുകയും ചെയ്തു. അങ്ങനെയാണ് ഇന്നത്തെ തിരുവനന്തപുരം ശ്രീപത്മനാഭസ്വാമിക്ഷേത്രത്തിന്റെ പിറവിയെന്നത്രേ ഐതിഹ്യം.

കേരളത്തിന്റെ വടക്കേ അറ്റവും തെക്കേ അറ്റവും തമ്മിലുള്ള ഒരു ദൃഢബന്ധവും ഈ ക്ഷേത്രോല്പത്തി അടയാളപ്പെടുത്തുന്നു. തിരുവനന്തപുരത്തെ ശ്രീപത്മാനാഭസ്വാമിക്ഷേത്രത്തിന്റെ മൂലസ്ഥാനം കാസർഗോഡ് കുമ്പളയിലെ അനന്തപുരമാണെന്നത് ഒട്ടേറെ ചരിത്ര ബന്ധങ്ങൾ പുനഃസ്ഥാപിക്കുന്നു. ശ്രീപത്മനാഭദാസന്മാരായ തിരുവിതാംകൂർ രാജകുടുംബം അനന്തപുരം സ്ഥിരമായി സന്ദർശിക്കാറുണ്ടത്രേ. രാജഭരണകാലത്ത് ഇത്തരം സന്ദർശനങ്ങൾ ആഘോഷപരവുമായിരുന്നു. ക്ഷേത്രത്തിന്റെ വടക്കുഭാഗത്ത് ഇന്നും നിലനില്ക്കുന്ന കൊട്ടാരക്കെട്ടുകൾ ഈ രാജകീയ സന്ദർശനങ്ങളുടെ ബാക്കിപത്രമാകാം.

പുരാവൃത്തത്തെ സമകാലികതയിലേക്കു ലയിപ്പിക്കുന്ന മറ്റൊരു കഥ കൂടിയുണ്ട്, അനന്തപുരം അനന്തപത്മനാഭസ്വാമി ക്ഷേത്രത്തിന്. അത് ഇവിടത്തെ കാവലാളായി കരുതുന്ന ദിവ്യ പരിവേഷമുള്ള ഒരു മുതലയെ ചുറ്റിപ്പറ്റിയാണ്. പുരാതനകാലം മുതലേ ഈ ക്ഷേത്ര തടാകത്തിൽ ഒരു മുതലയുടെ സാന്നിദ്ധ്യമുണ്ടായിരുന്നു. 'ബാബിയ' എന്നാണ് മുതല അറിയപ്പെടുന്നത്. അമ്പലത്തിലെ വഴിപാടുപ്രസാദമാണ് സസ്യഭുക്കായ ഈ മുതലയുടെ ഭക്ഷണം.

വില്വമംഗലം സ്വാമിയുടെ കഥയിൽ ബാലൻ അപ്രത്യക്ഷനായ ഗുഹയുടെ കാവല്ക്കാരനായാണ് മുതല അറിയപ്പെടുന്നത്. 1945 ൽ ബ്രിട്ടീഷ്

ആക്രമണകാലത്ത് ഒരു ബ്രിട്ടീഷ് പട്ടാളക്കാരൻ അന്നത്തെ മുതലയെ വെടിവെച്ചുകൊന്നുവത്രേ. ഏതാനും ദിവസങ്ങൾക്കകം സർപ്പദംശനമേറ്റ് ഈ പട്ടാളക്കാരൻ മരിക്കുകയും ചെയ്തു. സർപ്പദേവനായ അനന്തൻ പട്ടാളക്കാരനെ ശിക്ഷിച്ചതാണെന്നാണ് ഭക്തരുടെ വിശ്വാസം. എന്നാൽ ഉടൻതന്നെ മറ്റൊരു മുതല അവിടെ പ്രത്യക്ഷപ്പെട്ടു. എല്ലാകാലത്തും ഒരു മുതലയെ മാത്രമേ തടാകത്തിൽ കണ്ടിട്ടുള്ളൂ എന്ന് പഴമക്കാർ സാക്ഷ്യപ്പെടുത്തുന്നു. സമീപത്തെങ്ങും പുഴയോ മറ്റു ജലാശയങ്ങളോ ഇല്ലാതിരുന്നിട്ടും ഇവിടെ മുതലയുടെ സാന്നിദ്ധ്യം യുക്തിക്കതീതമായി നമ്മെ ചിന്തിക്കാൻ പ്രേരിപ്പിക്കുന്നു. തടാകത്തിൽ വളരുന്ന മത്സ്യങ്ങളെയും മുതല ഭക്ഷണമാക്കാറില്ലെന്ന് ക്ഷേത്രകാര്യക്കാരൻ പറഞ്ഞു.

ചില രേഖകളിൽ ക്ഷേത്രം ആയിരത്തിലേറെ വർഷത്തെ പഴക്കം അവകാശപ്പെടുന്നു. കേരള രൂപീകരണത്തിനുമുമ്പ് ഇവിടം തുളുനാടായിരുന്നു. തുളുനാടൻ രാജാക്കന്മാരായിരുന്നു ക്ഷേത്രം സംരക്ഷിച്ചുപോന്നത്. തുളുനാട്ടുകാരനായ വില്ല്വമംഗലം സ്വാമി ക്ഷേത്രൈതിഹ്യത്തിൽ സ്ഥാനം പിടിക്കുന്നത് അങ്ങനെയാണ്. മറ്റു ചില രേഖകളിൽ 9-ാം നൂറ്റാണ്ടിനും 16-ാം നൂറ്റാണ്ടിനും ഇടയിലെപ്പോഴോ ആണ് ക്ഷേത്ര നിർമ്മിതിയെന്നും കണക്കാക്കുന്നുണ്ട്.

ശ്രീ അനന്തപത്മനാഭസ്വാമിക്ഷേത്രം നിലകൊള്ളുന്നത് ഏകദേശം 302 ചതുരശ്ര അടി വിസ്തീർണ്ണമുള്ള തടാക മദ്ധ്യത്തിലാണ്. തടാകത്തിലെ വെള്ളം ഒരിക്കലും വറ്റാറില്ല. തടാകത്തിന്റെ നാലുവശങ്ങളിലും ക്ഷേത്രാവശിഷ്ടങ്ങൾ കാണാം. ഒരു കാലത്ത് ഇത് ഒരു ക്ഷേത്രസമുച്ചയമായിരുന്നു എന്നതിന്റെ തെളിവാണിത്. ശ്രീകോവിൽ, തിടപ്പള്ളി, നമസ്കാരമണ്ഡപം, ജലദുർഗ്ഗാക്ഷേത്രം, ഗുഹാദ്വാരം എന്നിവ തടാകത്തിൽത്തന്നെയാണ്. നമസ്കാരമണ്ഡപവും കിഴക്കേ ഗോപുരവും തമ്മിൽ ഒരു കാൽനടപ്പാലം കൊണ്ടു ബന്ധിച്ചിരിക്കുന്നു.

ശ്രീകോവിലിലെ പ്രധാന പ്രതിഷ്ഠ വിഷ്ണുവാണ്. ഇരുവശങ്ങളിലും ശ്രീദേവിയും ഭൂദേവിയും കുടികൊള്ളുന്നു. കൂടാതെ ഗരുഡൻ, ഹനുമാൻ, നാഗകന്യകമാർ എന്നിവരുടെ പ്രതിഷ്ഠകളുമുണ്ട്. പഞ്ചശീർഷ സർപ്പത്തിന്റെ മേലെ ഉപവിഷ്ടനായ രൂപത്തിലാണ് വിഷ്ണുവിഗ്രഹം. ക്ഷേത്രത്തിന്റെ മൂലവിഗ്രഹങ്ങൾ ലോഹത്തിലോ, ശിലയിലോ നിർമ്മിച്ചവയായിരുന്നില്ല. 'കടുശർക്കരയോഗ'മാണ് ഇതിനുവേണ്ടി ഉപയോഗിച്ചിരുന്നത്. 64 ആയുർവ്വേദ ഔഷധക്കൂട്ടുകൾ കൊണ്ടുള്ള നിർമ്മിതിയാണ് 'കടുശർക്കരയോഗം'.

ശ്രീകോവിലിനു മുന്നിലുള്ള മണ്ഡപത്തിന്റെ മച്ച് തടിയിലുള്ള കൊത്തുപണികളാൽ അലംകൃതമാണ്. ദശാവതാരത്തിലെ രംഗങ്ങളാണ് ശില്പങ്ങളായി പുനർജ്ജനിച്ചിരിക്കുന്നത്. നവഗ്രഹങ്ങളെയും ചിത്രീകരിച്ചിട്ടുണ്ട്. ശ്രീകോവിലിനു ഇരുവശത്തും ദ്വാരപാലകരായ ജയവിജയന്മാരുടെ ശില്പങ്ങളും തടിയിൽ കൊത്തിവെച്ചിട്ടുണ്ട്.

ഗോപുരത്തിനിരുവശത്തും വെട്ടുകല്ലിൽ കൊത്തിയെടുത്ത കമാന

ങ്ങളോടുകൂടിയ വിശാലമായ മണ്ഡപങ്ങളുണ്ട്. മണ്ഡപത്തിലൊരിടത്ത് പൂജാരിയുടെ മുന്നിൽ നമസ്കരിക്കുന്ന ഒരു സ്ത്രീ. പൂജാരി മന്ത്രങ്ങൾ ഉരുവിടുന്നു. ഇവരുടെ ഏതോ ദോഷങ്ങൾ തീർക്കുവാനുള്ള പൂജാവിധിയിലാണ് പുരോഹിതൻ ഏർപ്പെട്ടിരിക്കുന്നത് എന്ന് ശങ്കരനാരായണൻ ഭട്ട് പറഞ്ഞുതന്നു.

തടാകക്ഷേത്രത്തിനു ചുറ്റുമായി ധാരാളം ഉപദേവതാ ക്ഷേത്രങ്ങളുമുണ്ട്. വടക്കുകിഴക്കേ കോണിലാണ് ശ്രീമഹാഗണപതിക്ഷേത്രം. വില്ലമംഗലം സ്വാമി പൂജിച്ചിരുന്ന കൃഷ്ണവിഗ്രഹം കുടികൊള്ളുന്ന ശ്രീഗോശാലകൃഷ്ണക്ഷേത്രം വടക്കുപടിഞ്ഞാറേ കോണിലാണ്. അതിന്റെ ഒരു ഭാഗം തടാകത്തിൽത്തന്നെയാണ്. ശ്രീവേദവതി, ശ്രീമഹിഷമർദ്ദിനി, ശ്രീബബ്ബർയ, ശ്രീഉള്ളാകുളു എന്നീ ദേവസാന്നിദ്ധ്യമുള്ള ഉപക്ഷേത്രങ്ങളുമുണ്ട്.

അനന്തപുരം ശ്രീപത്മനാഭസ്വാമി ക്ഷേത്രം ഒരു സംസ്കാരത്തിന്റെയും പൈതൃകത്തിന്റെയും തിരുശേഷിപ്പാണ്. ദൂരദിക്കുകളിൽനിന്നുപോലും ഭക്തജനങ്ങൾ അനന്തപത്മനാഭന്റെ തിരുസന്നിധിയിൽ എത്തിച്ചേരുന്നു. പ്രകൃതിവൈവിദ്ധ്യത്താലും പ്രതിഷ്ഠാവിശേഷത്താലും വ്യത്യസ്തമായ ഈ മഹാക്ഷേത്രത്തിനു ദക്ഷിണഭാരതചരിത്രത്തിൽ പ്രത്യേകസ്ഥാനമുണ്ട്. അന്യസംസ്ഥാനങ്ങളിൽനിന്നും വരുന്ന ഭക്തജനങ്ങൾക്ക് ഇവിടെ തങ്ങി വിഷ്ണുദർശനം നടത്തുന്നതിനായി ക്ഷേത്ര ഭരണസമിതി ഒരു മന്ദിരം നിർമ്മിക്കുന്നതിനുള്ള ശ്രമത്തിലാണിപ്പോൾ.

നാലുവശവും വെള്ളത്താൽ ചുറ്റപ്പെട്ട ശ്രീകോവിലിനുമുന്നിൽ നില്ക്കുമ്പോൾ കാലമാപിനിയുടെ സ്പന്ദനം ഞങ്ങളറിയുന്നു. അനന്തമായ കാലത്തിന്റെ പ്രതീകമായ അനന്തശായിയുടെ തിരുമുമ്പിൽ എല്ലാ അഹംഭാവങ്ങളും അലിഞ്ഞില്ലാതാകുന്നു. ജലരാശിയുടെ നിതാന്ത നിശ്ചലതയിൽ സ്നേഹഭാവങ്ങളുടെ താമരത്തോണി ഒഴുകി നടക്കുന്നു. നമസ്കാര മണ്ഡപത്തിന്റെ മച്ചകങ്ങളിലെ ദശാവതാരശില്പങ്ങൾ മനുഷ്യന്റെ നിസാരതയ്ക്കുമേൽ വലനെയ്യുന്നു. അനാദിയെന്നു വിശേഷിപ്പിക്കാവുന്ന ക്ഷേത്രമുതല മെല്ലെ ജലോപരിതലത്തിൽ വന്ന് ശാന്തിക്കാരനിൽനിന്നും നെയ്പായസം സ്വീകരിക്കുന്നു. തടാകക്ഷേത്രത്തിന്റെ വെയിൽപ്പരപ്പിൽ പുനർജ്ജനിയുടെ തൂവലുകൾ ഒന്നൊന്നായി കൊഴിഞ്ഞുവീഴുന്നു.

ഞങ്ങൾ മെല്ലെ നമസ്കാരമണ്ഡപത്തിനു പ്രദക്ഷിണം വച്ച് അനന്തപത്മനാഭന്റെ മത്സ്യങ്ങളെ കണ്ട് മരപ്പാലത്തിലൂടെ പുറത്തേക്കുള്ള പടവുകൾ കയറി.

ലോപമുദ്രയുടെ പുനർജ്ജനികൾ

സുള്ളിയയിൽനിന്നും കുടകിന്റെ ജില്ലാ ആസ്ഥാനമായ മടിക്കേരിയിലേക്കുള്ള പാതയിലൂടെ പ്രഭാതത്തിലെ നേർത്തമഞ്ഞിൽ കാറോടിക്കുവാൻ ഒരു പ്രത്യേക സുഖം തോന്നി. വളഞ്ഞുപിരിഞ്ഞു പോകുന്ന നിരത്തുകൾ. ഇത്തരം നിരത്തുകളിലൂടെ ഡ്രൈവ് ചെയ്യുവാൻ പ്രത്യേക ഇഷ്ടമുള്ളതുകൊണ്ടാകാം യാത്ര ഏറെ ആസ്വദിക്കാനാകുന്നു. പാതയുടെ വശങ്ങളിൽ ഇടതൂർന്ന അടയ്ക്കാമരത്തോട്ടങ്ങൾ. അവ എല്ലായ്പ്പോഴും ക്യാമറക്കണ്ണുകൾക്ക് വിരുന്നാണ്. അടയ്ക്കാമരത്തോപ്പുകൾ എന്നെ 'ലെൻസ് വെർട്ടിക്കൽ' എന്ന നോർമൻ മക്‌ലാറൻ ഹ്രസ്വ അനിമേഷൻ ചിത്രത്തെ ഓർമ്മിപ്പിക്കുന്നു. കൊലുന്നനെ വരിയൊപ്പിച്ചു നില്ക്കുന്ന അവ നീട്ടിത്തരുന്ന കാഴ്ചക്കോണുകൾ അനുപമമെന്നേ പറയാനാവൂ.

ചുരം കയറാൻ തുടങ്ങിയതോടെ അടയ്ക്കാമരത്തോട്ടങ്ങൾ അപ്രത്യക്ഷമായി. പകരം കാപ്പിത്തോട്ടങ്ങൾ പ്രത്യക്ഷപ്പെട്ടു തുടങ്ങി.

സുള്ളിയയിൽനിന്നും തലക്കാവേരിക്കുപോകുന്ന യാത്രികർക്ക് മടിക്കേരിയിൽ പോകാതെ തന്നെ ഒരു ഇടറോഡിലൂടെ തിരിഞ്ഞ് പോകാം. ബാഗമണ്ഡലയ്ക്ക് കുറേ മുമ്പ് അത് മടിക്കേരി-തലക്കാവേരി റോഡിൽ സന്ധിക്കും. ഈ റോഡിന് ഒരു സവിശേഷതയുമുണ്ട്. കുടകിലെ സമ്പന്നരുടെ കാപ്പിത്തോട്ടങ്ങൾ മുഴുവൻ ഈ പ്രദേശത്താണ്. ഏക്കറുകൾ കണക്കെ വ്യാപിച്ചുകിടക്കുന്ന കാപ്പിത്തോട്ടങ്ങളുടെ നടുക്ക് ബ്രിട്ടീഷ് കാലത്തെ അനുസ്മരിപ്പിക്കുന്ന ബംഗ്ലാവുകളും ഔട്ട് ഹൗസുകളും. ഇടയ്ക്ക് പല സ്ഥലത്തും കാർ നിർത്തി കാപ്പിത്തോട്ടങ്ങളുടെ സൗന്ദര്യം ഏറെ ആസ്വദിക്കാനായി.

ഒരു തവണ തുറന്നുകിടന്ന ഗേറ്റിലൂടെ കാപ്പിത്തോട്ടത്തിന്റെ മദ്ധ്യേ

കണ്ട വഴിത്താരയിലൂടെ കുറേ നടന്ന് ഒരു ബംഗ്ലാവിന്റെ മുറ്റത്തെത്തി. ബംഗ്ലാവ് അടഞ്ഞു കിടക്കുകയായിരുന്നു. ഞങ്ങളുടെ കാൽപ്പെരുമാറ്റം കേട്ടിട്ടാകണം കാവൽപ്പുരയിൽനിന്നും കാവല്ക്കാരൻ ഓടിവന്നു. അയാൾ കുടകുഭാഷയിൽ എന്തൊക്കെയോ പറഞ്ഞു. അതിക്രമിച്ചു കയറിയതിന്റെ ശകാരമായിരിക്കാമെന്നു കരുതി. കൂടെയുണ്ടായിരുന്ന സുഹൃത്ത് ചന്ദ്രമോഹൻ ദ്വിഭാഷിയായി.

"യജമാനനും കുടുംബവും മൈസൂറിനു പോയിരിക്കുന്നു."

ഞങ്ങളുടെ കടന്നുകയറ്റത്തിൽ അയാൾക്ക് അതൃപ്തി ഒട്ടുമില്ലെന്നു മനസ്സിലായി. ഒരു കാപ്പിക്കർഷകനെ കാണാമെന്ന എന്റെ ആഗ്രഹം നടന്നില്ല എന്നുമാത്രം.. വിശാലമായ ഒരു കാപ്പിത്തോട്ടത്തിന്റെയും വിക്ടോറിയൻ ശൈലിയിലുള്ള ഒരു ബംഗ്ലാവിന്റെയും സമീപക്കാഴ്ചകൾ നീട്ടിയ വിസ്മയച്ചെപ്പുമായി ഞങ്ങൾ കാറിനടുത്തേക്കു തന്നെ മടങ്ങി.

കാപ്പിത്തോട്ടങ്ങളുടെ സമൃദ്ധിയിലൂടെ ഞങ്ങൾ ബാഗമണ്ഡലയിലെത്തി. തലക്കാവേരി കഴിഞ്ഞാൽ തീർത്ഥാടകരുടെ പ്രധാന പുണ്യസ്ഥാനമാണിത്.

"തലക്കാവേരി സന്ദർശനത്തിനുശേഷം ബാഗമണ്ഡലയിൽ ഇറങ്ങുന്നതാണ് നാട്ടുനടപ്പ്" ചന്ദ്രമോഹനൻ ഓർമ്മിപ്പിച്ചു.

ബാഗമണ്ഡലയിൽനിന്നും കുത്തനെയുള്ള റോഡിലൂടെ എട്ടു കിലോ മീറ്റർ കയറിയാൽ തലക്കാവേരിയായി. പശ്ചിമഘട്ടമലനിരകളുടെ ഭാഗമായി നിലകൊള്ളുന്ന ബ്രഹ്മഗിരിയുടെ പാദത്തിലാണ് പുണ്യശ്ലോകയായ തലക്കാവേരി. ദക്ഷിണഗംഗ എന്നറിയപ്പെടുന്ന കാവേരി നദിയുടെ ഉത്ഭവസ്ഥാനമെന്ന നിലയിൽ തലക്കാവേരി കുടകരുടെ പുണ്യഭൂമിയാണ്. കുടകർക്ക് കാവേരി തങ്ങളുടെ കുലദേവതയാണ്. അവരുടെ അമ്മയാണ്. കാവേരി മാതാവിന്റെ പുണ്യദർശനത്തിനായാണ് അവരിവിടെ എത്തുന്നത്.

ആർഷഭാരതസംസ്കാരത്തിൽ നദികളും വൃക്ഷങ്ങളും മൃഗങ്ങളുമൊക്കെ ദൈവങ്ങളാണ്. നദീസംരക്ഷണത്തിന്റെയും പാരിസ്ഥിതികാവബോധത്തിന്റെയും ബാലപാഠങ്ങളാണ് ഈ ദൈവസങ്കല്പത്തിലൂടെ പൂർവ്വികർ നമുക്കു പറഞ്ഞു തന്നത്. പുതിയ രാജാക്കന്മാരും പ്രജകളും അതിനു തെല്ലുപോലും വില കല്പിക്കുന്നില്ലെന്നത് അനിവാര്യമായ ദുരന്തത്തിലേക്കുള്ള വേഗത കൂട്ടുന്നു.

കർണ്ണാടകത്തിലെ കുടകു ജില്ലയിലെ തലക്കാവേരിയിൽനിന്നും ഉത്ഭവിച്ച് കർണ്ണാടക-തമിഴ്നാട് സംസ്ഥാനങ്ങളിലൂടെ കിഴക്കോട്ട് ഒഴുകി ബംഗാൾ ഉൾക്കടലിൽ പതിക്കുകയാണ് കാവേരിയുടെ നിയോഗം. രണ്ടു സംസ്ഥാനങ്ങളെ ഫലഭൂയിഷ്ഠമാക്കുകയും അവരുടെ കൃഷിയിടങ്ങളെ ജലസേചനയോഗ്യമാക്കുകയും ചെയ്യുന്ന കാവേരിയുടെ തീരത്താണ് ദക്ഷിണേന്ത്യയിലെ മിക്ക സാംസ്കാരിക കേന്ദ്രങ്ങളുടെയും സ്ഥാനം. തമിഴ്നാട്ടിലെ ശ്രീരംഗം കഴിഞ്ഞാൽ കാവേരി ഇഴപിരിഞ്ഞ് കൈവഴികളായാണ് കടലിൽ പതിക്കുന്നത്. കൈവഴികൾക്കിടയിലെ പ്രധാന പട്ട

ണങ്ങളിലാണ് തഞ്ചാവൂർ, കുംഭകോണം, പുംപുഹാർ, കാരയ്ക്കൽ, തരംഗബാഡി, നാഗൂർ, നാഗപട്ടണം, വേളാങ്കണ്ണി, തിരുവൈയ്യാർ എന്നിവ.

ബ്രഹ്മഗിരിയുടെ ചരിവിലാണ് തലക്കാവേരി. സമുദ്രനിരപ്പിൽനിന്നും 1535 മീറ്റർ ഉയരത്തിലാണിത്. കാവേരിയുടെ ഉത്ഭവവുമായി ബന്ധപ്പെട്ട് ധാരാളം കഥകളുണ്ട്. അവയിൽ അഗസ്ത്യമുനിയുമായി ബന്ധപ്പെട്ട കഥകളാണ് ഏറെ പ്രചാരത്തിൽ. *സ്കന്ദപുരാണ*ത്തിലും, *ആഗ്നേയപുരാണ*ത്തിലും, കുടകു നാടോടിക്കഥകളിലും കാവേരിയുടെ കഥകളുണ്ട്.

ബ്രഹ്മഗിരിയുടെ മടിയിലായിരുന്നു കവേര മഹർഷിയുടെ ആശ്രമം. കുട്ടികളില്ലാത്തതുകാരണം ദീർഘനാൾ അദ്ദേഹം ബ്രഹ്മാവിനെ ധ്യാനിച്ചു തപസ്സുചെയ്തു. സംപ്രീതനായ ബ്രഹ്മാവ് ദർശനമരുളി തന്റെ മാനസപുത്രിയായ ലോപമുദ്രയെ കവേരമഹർഷിക്ക് നല്കി.. ലോപമുദ്രയ്ക്കാകട്ടെ ഒരു നദിയായി ജനിക്കുവാൻ ബ്രഹ്മാവിൽനിന്നും വരം ലഭിച്ചിരുന്നുതാനും. കവേര മഹർഷിക്കു ബ്രഹ്മാവു ദർശനം നല്കിയ മലയായതിനാലാണ് ഈ കുന്നുകൾക്ക് ബ്രഹ്മഗിരി എന്നുപേരു ലഭിച്ചതത്രേ.

കവേരമഹർഷി ലോപമുദ്രയെ തന്റെ മകളായി വളർത്തി. കവേരയുടെ മകളായതിനാൽ അവൾ കാവേരിയായി. അച്ഛനെ ശുശ്രൂഷിച്ചും ആശ്രമവൃത്തികൾ അനുഷ്ഠിച്ചും കാവേരി കഴിയവേ ഒരിക്കൽ അഗസ്ത്യമുനി ഹിമാലയത്തിൽനിന്നു കവേര മഹർഷിയുടെ ആശ്രമത്തിലെത്തി. കാവേരിയുടെ സൗന്ദര്യത്തിലാകൃഷ്ടനായ മുനി അവളെ വിവാഹം കഴിക്കാനുള്ള ആഗ്രഹം പ്രകടിപ്പിച്ചു. ഒരു വ്യവസ്ഥയിൽ കാവേരി വിവാഹത്തിനു സമ്മതിച്ചു. അഗസ്ത്യമുനി ഒരിക്കലും തന്നെ ഒറ്റയ്ക്കാക്കി എങ്ങും പോകരുതെന്നായിരുന്നു വ്യവസ്ഥ. അത് അംഗീകരിച്ച മഹർഷി ആശ്രമാചാരങ്ങളോടെ കാവേരിയെ വിവാഹം ചെയ്തു.

കാലം കഴിഞ്ഞ് ഒരുനാൾ അഗസ്ത്യമുനി ബ്രഹ്മഗിരിയുടെ മറുവശത്തുള്ള കനികാനദിയുടെ ഉത്ഭവസ്ഥാനത്തു കുളിക്കാൻ പോയി. കാവേരിയെ തപഃശക്തിയാൽ ജലമാക്കി കമണ്ഡലുവിൽ നിറച്ചിട്ടാണ് അഗസ്ത്യമുനി പോയത്. കമണ്ഡലു സൂക്ഷിക്കുവാൻ ശിഷ്യന്മാരെ ഏർപ്പാടുചെയ്യുകയുമുണ്ടായി. മഹർഷി ഏറെ വൈകിയിട്ടും വന്നില്ല. തന്നോടുള്ള വാഗ്ദാനം ലംഘിച്ചതിൽ കോപാകുലയായ കാവേരി തന്റെ ദിവ്യശക്തിയാൽ കമണ്ഡലുവിൽനിന്നും യജ്ഞകുണ്ഡത്തിനരികിലുള്ള ബ്രഹ്മകുണ്ഡികയിലേക്കൊഴുകി നിറഞ്ഞു. പിന്നീട് നദിയായി താഴേക്കൊഴുകി. ശിഷ്യഗണങ്ങൾ ഓടിയെത്തി പോകരുതേ എന്ന് അപേക്ഷിച്ചിട്ടും കാവേരി തന്റെ തീരുമാനത്തിലുറച്ചു നിന്നു. അവരിൽനിന്നും ഒളിക്കുന്നതിനായി കാവേരി കുറേദൂരം ഭൂമിക്കടിയിലൂടെ രഹസ്യമായി ഒഴുകി.

പിന്നെ, ബാഗമണ്ഡലയിലെത്തി കനിക-സുജ്യോതി നദികളുമായി സന്ധിച്ച് ത്രിവേണി സംഗമമൊരുക്കി. ഭഗന്ദമഹർഷി കാവേരിയെ തന്റെ ഉദ്യമത്തിൽനിന്നും പിന്തിരിപ്പിക്കാൻ ശ്രമിച്ചെങ്കിലും സാധിച്ചില്ല. ഒരു

നദിയായി ഒഴുകുകയാണ് തന്റെ ജന്മദൗത്യമെന്ന് കാവേരി മഹർഷിയെ ബോധിപ്പിച്ചു. പിതൃതർപ്പണത്തിനുള്ള പുണ്യസ്ഥാനമായി ബാഗമണ്ഡലയിലെ ത്രിവേണി സംഗമത്തെ ആശീർവദിച്ചശേഷം കാവേരി പിന്നെയുമൊഴുകി.

ഇതിനിടെ ശിഷ്യന്മാരിൽനിന്നും കാവേരിയുടെ വിവരമറിഞ്ഞ അഗസ്ത്യമുനി അവൾക്കു പിന്നാലെ പാഞ്ഞു. തലക്കാവേരിയിൽനിന്നും 37 കി മി അകലെയുള്ള 'ബലാമുറ'യിൽവച്ചാണ് മുനിക്ക് കാവേരിയെ സന്ധിക്കാനായത്. ഒഴുക്കവസാനിപ്പിച്ച് തലക്കാവേരിയിലേക്കുമടങ്ങി തന്നോടൊപ്പം ശിഷ്ടജീവിതം കഴിക്കണമെന്ന് അഗസ്ത്യമുനി കാവേരിയോട് അഭ്യർത്ഥിച്ചു. കുടകുരാജാവായിരുന്ന ദേവകാന്തയും, കുടകിലെ പ്രജകളും ഓടിയെത്തി പോകരുതെന്ന് കാവേരിയോട് അപേക്ഷിച്ചു. ഒടുവിൽ കാവേരി അർദ്ധസമ്മതം മൂളി. തന്നെ രണ്ടായി പകുത്ത് ഒരു പകുതി അഗസ്ത്യമുനിയോടൊപ്പം അദ്ദേഹത്തിന്റെ ധർമ്മപത്നിയായും രണ്ടാം പകുതി നദിയായി ഒഴുകി മാനവകുലസേവനത്തിനായും അർപ്പിക്കാമെന്ന് ധാരണയായി. വർഷത്തിലൊരിക്കൽ തുലാസംക്രമണ ദിവസം തലക്കാവേരിയിലെ ബ്രഹ്മകുണ്ഡികയിൽ 'തീർത്ഥോത്ഭവ'യായി താനെത്തി ഭക്തജനങ്ങൾക്കു ദർശനമേകുമെന്നും കൂടിനിന്ന ജനങ്ങളെ സാക്ഷി നിർത്തി കാവേരി അരുളിച്ചെയ്തു.

തലക്കാവേരിയിൽ ഞങ്ങളെത്തുമ്പോൾ സന്ദർശകരുടെ തിരക്കായിത്തുടങ്ങിയിട്ടില്ല. വേനലവധി അവസാനിക്കുന്നതിനാൽ സന്ദർശക

ബ്രഹ്മകുണ്ഡിക - കാവേരിയുടെ ഉത്ഭവസ്ഥാനം

രുടെ തിരക്കേറുമെന്ന് സുഹൃത്ത് പറഞ്ഞതോർമ്മിച്ചു.

പാർക്കിങ് സ്ഥലത്ത് കാർ നിർത്തി പുറത്തിറങ്ങി. ഇവിടെനിന്നും ബ്രഹ്മഗിരിയിലേക്കുള്ള കയറ്റം തുടങ്ങുകയായി. അതിന്റെ താഴെയറ്റത്തു നില്ക്കുമ്പോൾ ഒരു താഴ്‌വരയ്ക്കുമപ്പുറം പശ്ചിമഘട്ടമലനിരകളുടെ തുടർച്ച. ആഷാഢമേഘങ്ങളോടു തൊട്ടുരുമ്മി നില്ക്കുന്ന പച്ചപ്പിന്റെ നിമ്നോന്നതകൾ.

എന്നാൽ മുകളിലേക്കു നോക്കിയപ്പോൾ തലക്കാവേരിയെക്കുറിച്ചുള്ള സങ്കല്പങ്ങളൊക്കെ ഒരു നിമിഷംകൊണ്ടു തകർന്നടിഞ്ഞുവോ? ഭീമാകാരമായ ഒരു കോൺക്രീറ്റുകവാടം. കവാടത്തിലൂടെ ഉള്ളിലേക്കു കടന്നാൽ മാർബിൾ പാകിയ നിലവും ഇടയ്ക്കിടെ വെണ്ണക്കല്പടവുകളും. പിന്നെ താഴ്ചയിൽ വിശാലമായ കുളവും കുളത്തിനരികിലെ കാവേരി തീർത്ഥസ്ഥാനമായ 'ബ്രഹ്മകുണ്ഡിക'യും അടുത്തൊരു ചെറിയ പൂജാമണ്ഡപവും. വീണ്ടും പടവുകൾ കയറിയെത്തിയാൽ അഗസ്തീശ്വരക്ഷേത്രവും, ഗണേശക്ഷേത്രവുമാണ്. അഗസ്ത്യമുനിയത്രേ അഗസ്തീശ്വരക്ഷേത്രത്തിലെ ശിവലിംഗപ്രതിഷ്ഠ നടത്തിയത്. മഹാദേവന്റെ ദിവ്യസാന്നിദ്ധ്യം ഈ ക്ഷേത്രത്തിൽ കുടികൊള്ളുന്നു എന്നാണ് വിശ്വാസം.

കാവേരിയെ മാതാവായി സങ്കല്പിച്ച് അസംഖ്യം ഭക്തജനങ്ങൾ ആരാധിക്കുന്നുണ്ടെങ്കിലും തലക്കാവേരിയിൽ കാവേരി മാതാവിനായി ഒരു ക്ഷേത്രമില്ല. കാവേരി നദിയായി മാത്രമാണ് എല്ലാകാലത്തും തന്റെ സാന്നിദ്ധ്യം ആഗ്രഹിച്ചിരുന്നത്. തലക്കാവേരിയിലും അങ്ങനെതന്നെ. ഇവിടെ 'ബ്രഹ്മകുണ്ഡിക' അഥവാ 'കാവേരികുണ്ഡിക' എന്ന തീർത്ഥസ്ഥാനമാണുള്ളത്. ദൈനംദിന പൂജാവിധികൾ അർപ്പിക്കുന്നതും ഭക്തജനങ്ങൾ കാവേരി മാതാവിനെ വണങ്ങി അനുഗ്രഹം തേടുന്നതും ഇവിടെ വച്ചാണ്. സമീപത്തെ വലിയ കുളം കാവേരി സ്നാനത്തിനുള്ളതാണ്.

ക്ഷേത്രസമുച്ചയമാകെ കോൺക്രീറ്റിന്റെ വന്യത. പടവുകളിലും നിലത്തും മാർബിളിന്റെ തിളക്കം. താഴ്‌വരയെ തഴുകിയെത്തുന്ന കാറ്റിനു മാത്രമാണ് തലക്കാവേരിയുടെ സുഗന്ധം. കാടിന്റെ മദ്ധ്യത്തിൽ പാറക്കൂട്ടങ്ങൾക്കിടയിലെ മനോഹരമായൊരു തീർത്ഥസ്ഥാനമായിരുന്നിരിക്കണം പണ്ട് തലക്കാവേരി. അതായിരിക്കണം 'കൂർഗ് ടെമ്പിൾ ഫണ്ട് മാനേജിങ് കമ്മിറ്റി' എന്ന ഭരണനേതൃത്വം ഇന്നൊരു കോൺക്രീറ്റു വനമാക്കി മാറ്റിയത്. അഗസ്ത്യമുനിയുടെ ആശ്രമ കവാടത്തിന്റെ യുഗവിശുദ്ധിയുടെ സ്ഥാനത്ത് കോൺക്രീറ്റ് നിർമ്മിതികളുടെ വന്യത! ഹാ കഷ്ടം!

'പിൽഗ്രിം ടൂറിസം' അഥവ 'തീർത്ഥാടന വിനോദസഞ്ചാരം' പ്രോത്സാഹിപ്പിക്കേണ്ടതു തന്നെ. എന്നാൽ അതു ക്ഷേത്രങ്ങളുടെയോ വനസ്ഥലികളുടെയോ സ്വാഭാവികത നഷ്ടപ്പെടുത്തിക്കൊണ്ടാകരുത്. പരിസ്ഥിതി സൗഹൃദനിർമ്മിതികളും വികസനപ്രവർത്തനങ്ങളുമാണുണ്ടാകേണ്ടത്. തീർത്ഥാടകർക്കു സൗകര്യങ്ങൾ വർദ്ധിപ്പിക്കാനെന്ന

പേരിൽ റിസോർട്ടു മാഫിയാകൾക്കും ഭൂമാഫിയാകൾക്കും ദേവാലയ ഭൂമികൾ തീറെഴുതിക്കൊടുക്കുവാൻ ജനാധിപത്യത്തിന്റെ അടിസ്ഥാന ശിലയായ ജനം ഒരു ഭരണാധികാരിയെയും അധികാരപ്പെടുത്തിയിട്ടില്ല എന്നറിയുക.

ഒക്ടോബർ മദ്ധ്യത്തോടെയുള്ള തുലാസംക്രമണ ദിനം കാവേരി നദിയുടെ ജന്മദിനമായി തലക്കാവേരിയിൽ ആഘോഷിക്കപ്പെടുന്നു. തുലാസംക്രമണ ദിവസം 'തീർത്ഥോത്ഭവ'യായി താൻ തലക്കാവേരി യിലെത്തുമെന്ന കാവേരി നദിയുടെ പ്രതിജ്ഞ ഓരോ വർഷവും ഈ ദിനത്തിൽ നിറവേറ്റപ്പെടുകയാണ്. കാവേരി പുനർജ്ജനിക്കുന്ന ദിവസം! 'കാവേരി യാത്ര'യായി തുലാമാസം കുടകുനിവാസികൾ കൊണ്ടാടുന്നു. വീടുകളിൽ പ്രത്യേക കാവേരി പൂജയും അനുഷ്ഠാനങ്ങളും പൂർത്തി യാക്കിയ ശേഷം തലക്കാവേരിയിലേക്ക് അവർ തീർത്ഥാടനം നടത്തുന്നു.

തുലാസംക്രാന്തിയിൽ ആയിരക്കണക്കിനു ഭക്തജനങ്ങളാണ് 'തീർ ത്ഥോത്ഭവ' മുഹൂർത്തത്തിനു സാക്ഷിയാകാനെത്തുന്നത്. ഈ പ്രത്യേക സമയത്ത് ബ്രഹ്മകുണ്ഡികയിലെ ജലവിതാനം കുമിളകളോടെ ഉയർന്നു വരുന്നു. ഈ നിമിഷത്തിൽ തലക്കാവേരിയിലാകെ അഭൗമമായ ഒരു ചൈതന്യം പ്രസരിക്കുന്നു എന്നാണ് വിശ്വാസം. ഭക്തജനങ്ങളുടെ കാവേരി മന്ത്രങ്ങളാൽ പ്രദേശമാകെ മുഖരിതമാകും. തീർത്ഥോത്ഭവം സംഭവിച്ചുകഴിയുന്നതോടെ മുഖ്യപൂജാരി ആരതി ഉഴിയുകയായി. പിന്നീട് പൂജാരി ഒരു തീർത്ഥക്കുടത്തിൽ ബ്രഹ്മകുണ്ഡികയിൽനിന്നും ജലം മുക്കി യെടുത്ത് ഭക്തരുടെ മേൽ തളിക്കും. അതോടെ ജലവിതാനം പൂർവ്വ

തലക്കാവേരി – ബ്രഹ്മഗിരിയിൽ നിന്നുള്ള കാഴ്ച

സ്ഥിതിയിലാകും! അതിനുശേഷം പൂജാരി നൂറുകണക്കിന് കുടങ്ങൾ മുക്കിയെടുത്താലും ജലവിതാനത്തിനു മാറ്റമുണ്ടാകില്ല! ബ്രഹ്മകുണ്ഡികയ്ക്കു സമീപമുള്ള വിശാലമായ കുളത്തിൽ ഈ സമയം ഭക്തജനങ്ങൾ സ്നാനത്തിരക്കിലായിരിക്കും. കാവേരിയുടെ വിശുദ്ധ തീർത്ഥത്തിൽ സ്നാനം ചെയ്തു കന്മഷമൊഴിഞ്ഞ മനസ്സും ശരീരവുമായി അവർ ബാഗമണ്ഡലയിലേക്ക് തീർത്ഥാടനത്തിന്റെ രണ്ടാംഘട്ടത്തിനായി പോകുന്നു. തുലാമാസം മുഴുവനും ഇവിടേക്കു തീർത്ഥാടക പ്രവാഹമാണ്.

കാവേരി തീർത്ഥസ്ഥാനത്തിന്റെ വശത്തുള്ള പടവുകൾ ബ്രഹ്മഗിരിയിലേക്കു നീളുന്നു. 360 പടവുകൾ കയറി മുകളിലെത്തിയാൽ ബ്രഹ്മഗിരിയുടെ നെറുകയായി. ബ്രഹ്മഗിരിയുടെ സൗന്ദര്യം നശിപ്പിച്ചുകൊണ്ട് പലകുന്നുകളിലും കാറ്റാടികൾ നിരന്നിരിക്കുന്നു. ഒരു പക്ഷേ, അടുത്ത എന്റെ സന്ദർശനത്തിൽ ഇവിടം കാറ്റാടിപ്പാടങ്ങൾ കൊണ്ട് നിറയാം. ബ്രഹ്മഗിരിയുടെ ഉച്ചിയിൽ നിന്നുകൊണ്ടുള്ള തലക്കാവേരി കാഴ്ചകൾ അനുഭവിച്ചുമാത്രം അറിയേണ്ടതാണ്.

“തെളിഞ്ഞമാനമുള്ള ദിവസമാണെങ്കിൽ ഇവിടെ നിന്നാൽ പടിഞ്ഞാറ് അറബിക്കടൽ കാണാം.” ചന്ദ്രമോഹനൻ പറഞ്ഞു.

തീർത്ഥാടന സ്ഥലങ്ങളിൽ ഭക്തർ ഉദ്ദേശ്യ കാര്യസിദ്ധിക്കായി കല്പിരമിഡുകൾ ഒരുക്കാറുണ്ട്. അത്തരത്തിലൊന്ന് തലക്കാവേരിയിലും കണ്ടു. ബ്രഹ്മഗിരിയിലേക്കുള്ള പടവുകളുടെ പാർശ്വത്തിലായി ഒരു വൃക്ഷത്തറയിൽ ഉരുളൻ കല്ലുകൾ കൊണ്ടുള്ള ഒട്ടനവധി പിരമിഡുകൾ.. ഉരുണ്ടകല്ലുകൾ പിരമിഡാകൃതിയിൽ ഒന്നിനുമേൽ ഒന്നായി കൂട്ടിവെക്കുന്ന കൗതുകകരമായ കാഴ്ച! ഓരോ കൽക്കൂമ്പാരങ്ങളും ഓരോരുത്തരുടെ സ്വപ്നങ്ങളും പ്രതീക്ഷകളും ആഗ്രഹങ്ങളുമാണെന്നറിയുമ്പോഴാണ് അവയുടെ സൗന്ദര്യം വർദ്ധിക്കുക!

കാവേരിയുടെ കഥ നന്മയുടേതാണ്. മാനവരാശിയെ തന്റെ ജലസ്ഥലികളിലൂടെ ഒരുമയിലേക്കും മാനുഷികതയിലേക്കും നയിക്കുകയായിരുന്നു ഈ നദീദേവതയുടെ ജന്മദൗത്യം തന്നെ. ദൗർഭാഗ്യമെന്നു പറയട്ടെ, ഭാരതത്തിലെ ഏറ്റവും പുകയുന്ന ജലയുദ്ധവും പുരാണപ്രതിഥയായ ഈ നദിയെ ചൊല്ലിയാണെന്നതാണ് വിരോധാഭാസം! സ്വാർത്ഥതയും സ്നേഹരാഹിത്യവും കപടരാഷ്ട്രീയതയും ഒരു നദിയുടെ ഒഴുക്കിനുപോലും വിഘാതമാകുന്നുവെങ്കിൽ നദിയായി പിറക്കാൻ കാത്തിരുന്ന കാവേരിയുടെ നന്മമനസ്സ് നാം തിരിച്ചറിയാതെ പോകുകയല്ലേ?

ആത്മാക്കളുടെ ആരണ്യകം

ബാഗമണ്ഡല കടന്നാണ് മടിക്കേരിയിൽനിന്നും തലക്കാവേരിയിലേക്ക് പോകുന്നതെങ്കിലും തലക്കാവേരി ദർശനം കഴിഞ്ഞ് മടക്കയാത്രയിലാണ് തീർത്ഥാടകർ ഇവിടെ എത്താറുള്ളത്. തലക്കാവേരിയിൽ നിന്നും എട്ടു കി മി കുന്നിറങ്ങിയാൽ ബാഗമണ്ഡലയായി. മടിക്കേരിയിലേക്ക് ഇവിടെനിന്നും മുപ്പത്തിയെട്ടുകിലോമീറ്ററും. ബ്രഹ്മഗിരിയുടെ താഴ്‌വരയിലെ പ്രകൃതിഭംഗിയാർന്ന പുണ്യസ്ഥാനമാണ് ബാഗമണ്ഡല.

പുണ്യശ്ലോകകളായ മൂന്നു നദീദേവതകൾ ഇവിടെ സന്ധിക്കുന്നതിനാൽ ഇവിടം മറ്റൊരു ത്രിവേണീ സംഗമമാണ്. കാവേരി, കനക, സുജ്യോതി എന്നീ നദികളാണ് ബാഗമണ്ഡല സംഗമത്തിനായി തെരഞ്ഞെടുത്തിരിക്കുന്നത്. കാവേരിയും കനകയും ഇവിടെ ഒഴുകിയെത്തുന്നു. എന്നാൽ സുജ്യോതി പുണ്യനദിയായ സരസ്വതിയെപ്പോലെ അന്തർവാഹിനിയാണ്. ഭൂമിക്കടിയിലൂടെ സുജ്യോതി ഒഴുകിയെത്തി മറ്റു രണ്ടു നദികളുമായി സംഗമിക്കുന്നു എന്നത്രെ പുരാവൃത്തം. ഗംഗാ-യമുനാ- സരസ്വതി സംഗമം പോലെ. ത്രിവേണി സംഗമത്തിലെ സ്നാനം ജന്മപുണ്യമായി കുടകുനിവാസികൾ കണക്കാക്കുന്നു.

പിതൃതർപ്പണത്തിനു പുകൾപ്പെറ്റ സ്ഥാനം കൂടിയാണ് ബാഗമണ്ഡലയിലെ ത്രിവേണി സംഗമമെന്ന് *സ്കന്ദപുരാണ*ത്തിൽ പരാമർശമുണ്ട്. ഇവിടെ പിതൃതർപ്പണം നടത്തിയാൽ പിതൃക്കൾ പ്രസാദിക്കുമെന്നാണ് വിശ്വാസം. ത്രിവേണീ സംഗമവും പരിസരങ്ങളും 'പ്രേതാരണ്യം' അഥവാ 'ആത്മാക്കളുടെ ആരണ്യകം' എന്നറിയപ്പെടുന്നു. മരിച്ചവരുടെ ആത്മാക്കൾ രക്തബന്ധത്തിൽപ്പെട്ടവർ ബലിതർപ്പണം നടത്തുംവരെ ഇവിടെ കാത്തിരിക്കും എന്നു വിശ്വസിക്കപ്പെടുന്നു. കുടകുനിവാസികൾ തങ്ങളുടെ പിതൃക്കളെ ഭൗതികലോകത്തിന്റെ കെട്ടുപാടുകളിൽനിന്നും മുക്ത

രാക്കി ശാന്തിതീരത്തിലേക്കു നയിക്കുന്ന പുണ്യസ്ഥലിയെന്ന ഖ്യാതി ത്രിവേണീ സംഗമത്തെ വ്യത്യസ്തമാക്കുന്നു.

ത്രിവേണീ സംഗമത്തിനടുത്തുതന്നെയാണ് ഭഗന്ദേശ്വരക്ഷേത്രവും. സ്കന്ദപുരാണമനുസരിച്ച് പുരാതന കാലത്ത് ബാഗമണ്ഡല അറിയപ്പെട്ടിരുന്നത് 'ഭഗന്ദക്ഷേത്ര' എന്ന പേരിലായിരുന്നു. ഋഷിവര്യനായ ഭഗന്ദ മഹർഷി ശിഷ്യഗണങ്ങളോടൊപ്പം ഇവിടെ താമസിച്ചിരുന്നു. അദ്ദേഹത്തിന്റെ ആശ്രമവാടമായിരുന്നതിനാൽ ഈ പ്രദേശത്തെ മഹർഷിയുടെ പേരിനോടു ചേർത്തുവിളിച്ചു. അതായിരിക്കാം പിന്നീട് ബാഗമണ്ഡലയായിത്തീർന്നത്.

ശൈവ ഭക്തനായ ഭഗന്ദമഹർഷി തന്റെ ആരാധനയ്ക്കായി ശിവലിംഗപ്രതിഷ്ഠ നടത്തുകയും മഹാദേവൻ തന്റെ ദിവ്യസാന്നിദ്ധ്യത്താൽ അതിനു ചൈതന്യം പകരുകയും ചെയ്തു എന്നാണ് ഐതിഹ്യം. ഭഗന്ദമഹർഷി നടത്തിയ പ്രതിഷ്ഠയായതിനാൽ പില്ക്കാലത്ത് ഇതു ഭഗന്ദേശ്വര ക്ഷേത്രമായി. ശ്രീ മഹാവിഷ്ണു, ശ്രീ സുബ്രഹ്മണ്യൻ, ശ്രീ ഗണപതി എന്നീ ദേവന്മാരുടെ ക്ഷേത്രങ്ങളും ഈ ക്ഷേത്രമതിൽക്കെട്ടിനുള്ളിലുണ്ട്.

ഭഗന്ദേശ്വരക്ഷേത്രത്തിന്റെ നിർമ്മാണ കാലഘട്ടത്തെക്കുറിച്ച് ചരിത്രപരമായ രേഖകളൊന്നും തന്നെ അവശേഷിക്കുന്നില്ല. കേരളത്തിലെ വടക്കേ മലബാറും ഈ കുടകു പ്രവിശ്യയും തമ്മിലുള്ള ബന്ധം രേഖപ്പെടുത്തുന്ന ചില ലിഖിതങ്ങൾ മാത്രമേ ക്ഷേത്രത്തിൽ പൗരാണിക രേഖ എന്നു വിശേഷിപ്പിക്കാവുന്ന നിലയിൽ കണ്ടെത്തിയിട്ടുള്ളൂ. 14-ാം നൂറ്റാണ്ടിൽ വടക്കേ മലബാർ വാണിരുന്ന ബോധപുരാ ഭഗവാർ എന്ന

ഭഗന്ദേശ്വര ക്ഷേത്ര കവാടം – ബാഗമണ്ഡല

രാജാവ് ഈ പ്രദേശം ഭരിച്ചിരുന്ന തന്റെ സാമന്തൻ മേൽപ്പുണ്ടി കുഞ്ഞിയരശൻ വഴി ഭഗന്ദേശ്വരക്ഷേത്രത്തിന് സഹായധനം നല്കിയതിനെക്കുറിച്ചുള്ള ശിലാലിഖിതമാണ് ക്ഷേത്രത്തിന്റെ നടുമുറ്റത്തുനിന്നും കണ്ടെത്തിയിട്ടുള്ളത്.

പിന്നീടുള്ള ചരിത്രരേഖകൾ ടിപ്പു സുൽത്താന്റെ പടയോട്ട കാലഘട്ടവുമായി ബന്ധപ്പെട്ടതാണ്. ടിപ്പു തന്റെ കുടക് ആക്രമണവേളയിൽ ബാഗമണ്ഡല കീഴടക്കിയിരുന്നു. അന്നു ടിപ്പുവിന്റെ പട്ടാളക്കാർ തമ്പടിച്ചിരുന്നത് ഭഗന്ദേശ്വരക്ഷേത്രത്തിലായിരുന്നു. അക്കാലത്ത് അഫ്സലാബാദ് എന്ന പേരിലായിരുന്നു ബാഗമണ്ഡല അറിയപ്പെട്ടിരുന്നത്. 1797ൽ കുടകു ഭരിച്ചിരുന്ന വീരരാജേന്ദ്രവാടിയാർ ടിപ്പുവിനെ ആക്രമിച്ച് ക്ഷേത്രത്തെ മോചിപ്പിച്ചു. സേനയെ നയിച്ചത് രാജാവു തന്നെയായിരുന്നു. ബാഗമണ്ഡലയ്ക്കടുത്തുള്ള 'മുംബറാത്ത്' എന്ന കുന്നിൻ മുകളിൽനിന്നാണ് രാജാവ് ആദ്യത്തെ വെടിയുതിർത്തതെന്ന് പറയപ്പെടുന്നു. ഈ വെടിവെപ്പിൽ ക്ഷേത്രത്തിന്റെ മൂന്നു ചെമ്പോടുകളും തകർന്നിരുന്നു. പിന്നീട് ക്ഷേത്രം പുനർനിർമ്മിച്ച വേളയിൽ കേടുപറ്റിയ ചെമ്പോടിനു പകരം വീരരാജേന്ദ്രവാടിയാർ രാജാവ് വെള്ളിയിൽ തീർത്ത ഓടുകൾ പതിപ്പിച്ചു. ഇപ്പോഴും ഭഗന്ദേശ്വരക്ഷേത്രത്തിന്റെയും ശ്രീ സുബ്രഹ്മണ്യ ക്ഷേത്രത്തിന്റെയും ചെമ്പുമേൽക്കൂരയ്ക്കിടയിൽ വെള്ളോടു കാണാവുന്നതാണ്.

ബാഗമണ്ഡലയിലെ ഭഗന്ദേശ്വരക്ഷേത്രവും മറ്റു ക്ഷേത്രങ്ങളും നിർമ്മിച്ചിരിക്കുന്നത് കേരളീയ ക്ഷേത്ര വാസ്തുശില്പ മാതൃകയിലാണ്. ക്ഷേത്ര നിർമ്മിതിയിലും ആചാരങ്ങളിലും കുടകും കേരളവും തമ്മിൽ നിലനിന്നിരുന്ന സുദൃഢമായ ബന്ധം പ്രതിഫലിക്കുന്നുണ്ട്. പൂജാവിധികളിലും അനുഷ്ഠാനകർമ്മങ്ങളിലും കേരളീയ പാരമ്പര്യമാണ് തലക്കാവേരിയിലും ബാഗമണ്ഡലയിലെ ക്ഷേത്രങ്ങളിലും പിന്തുടർന്നു പോരുന്നത്. തലക്കാവേരിയിലെയും ബാഗമണ്ഡലയിലെയും ക്ഷേത്രഭരണാധികാരികൾ ക്ഷേത്രാചാരങ്ങളുടെയും അനുഷ്ഠാനങ്ങളുടെയും ആചാര്യന്മാരായി ഇപ്പോഴും അംഗീകരിക്കുന്നതും ആശ്രയിക്കുന്നതും ഒരിക്കൽ കേരളത്തിൽനിന്നും ഇവിടെയെത്തിയ തന്ത്രികുടുംബങ്ങളെത്തന്നെയാണ്.

ത്രിവേണീ സംഗമത്തിൽ തീർത്ഥാടകരുടെ തിരക്കേറിത്തുടങ്ങിയിരുന്നു. തലക്കാവേരിയിലെത്തുന്ന തീർത്ഥാടകർ ഇവിടെയെത്തി ത്രിവേണി സംഗമത്തിൽ സ്നാനം ചെയ്ത് പിതൃതർപ്പണം നടത്തി ഭഗന്ദേശ്വരനെ വണങ്ങിയിട്ടുമാത്രമേ മടങ്ങിപ്പോകാറുള്ളൂ. പിതൃതർപ്പണത്തിന്റെ ഭാഗമായി തലമുണ്ഡനം ചെയ്യുന്നവരുമുണ്ട്. പിതൃക്കളുടെ ചിതാഭസ്മവും അസ്ഥിയുമൊക്കെ ത്രിവേണീ സംഗമത്തിൽ ഒഴുക്കാനെത്തുന്നവരും ധാരാളമായി ഇവിടെ വരുന്നു.

പുണ്യനദീസംഗമത്തിൽ മുങ്ങിക്കുളിച്ച് പിതൃതർപ്പണം നടത്തുന്ന തീർത്ഥാടകരുടെ നീണ്ടനിര. പുഴക്കരയിലെ മൺതിട്ടയിൽ തീർത്ഥാട

കരെ സഹായിക്കുവാൻ പൂജാരികളും. ബലികർമ്മത്തിനുള്ള എല്ലാ വസ്തുക്കളും അവരുടെയടുത്തുണ്ടാകും.

ത്രിവേണീ സംഗമത്തിന്റെ കരയിൽ ബലിതർപ്പണം നടത്തുന്നവരെ നോക്കി നില്ക്കുമ്പോൾ ജന്മാന്തരങ്ങളുടെ ശംഖൊലികൾ എന്റെ കാതിൽ മുഴങ്ങി. പിതൃക്കളുടെ അർത്ഥന അനുസ്യൂതമായ ഒരു ധാര പോലെ സിരകളിൽ പടർന്നു.

“നമുക്കും ബലിയിട്ടാലോ” ഞാൻ ചോദിച്ചു.

“പിതൃതർപ്പണം എന്നും അനുഷ്ഠിക്കാനാകും എന്നാണ് തോന്നുന്നത്” ചന്ദ്രമോഹനൻ എന്നോടു യോജിച്ചു. ചന്ദ്രമോഹനന്റെയും എന്റെയും സഹധർമ്മിണികൾ സുധയും ഉഷയും ഞങ്ങളോടൊപ്പം ചേരാൻ തയ്യാറായി.

ഞങ്ങൾ സ്നാനവസ്ത്രങ്ങൾ ധരിച്ച് ത്രിവേണീ സംഗമത്തിന്റെ പടവുകളിറങ്ങി. പിതൃമഹാനിരകൾ കൺമുമ്പിൽ പ്രത്യക്ഷമായതുപോലെ. അവരുടെ മുഖങ്ങളിൽ ആത്മാക്കൾക്ക് മാത്രം എടുത്തണിയാവുന്ന പ്രശാന്തിയുടെ സൗമ്യദീപ്തി. ബ്രഹ്മഗിരി സമ്മാനിച്ച കാവേരിയും കനകയും സുജ്യോതിയും ഞങ്ങളെ കൈപിടിച്ചു വെള്ളത്തിലേക്കു നടത്തി. പിന്നെ മെല്ലെ മുങ്ങി. അനാദിയായ ജലത്തിന്റെ അലൗകികസ്പർശം! മുങ്ങി നിവരുമ്പോൾ പിതൃക്കളുടെ കണ്ണുകളിൽ സന്തോഷാശ്രുക്കൾ! എള്ളും പൂവും ചന്ദനവും ഞങ്ങൾ അവരുടെ കാൽക്കൽ സമർപ്പിച്ചു. അവാച്യമായ ഒരാനന്ദത്തിന്റെ തിരത്തള്ളലിൽ മനസ്സും ശരീരവും നേർത്തുനേർത്തില്ലാതാകും പോലെ.

പിന്നെ, ഈറൻവസ്ത്രങ്ങളോടെ ഞങ്ങൾ ഭഗന്ദേശ്വരക്ഷേത്രത്തിന്റെ കല്പടവുകൾ കയറി. മഹാദേവന്റെ പാദങ്ങളിൽ സംസാരദുഃഖപ്പൊതിയർപ്പിച്ച് മറ്റു ക്ഷേത്രങ്ങളുടെ സോപാനങ്ങളിലും പ്രാർത്ഥനയുടെ ഈണങ്ങളിൽ മുഴുകി നിന്നു. ഞങ്ങൾ ബാഗമണ്ഡലയിലാണെന്നു മറന്ന കുറേ നിമിഷങ്ങൾ! ഏതോ കേരളീയ ക്ഷേത്ര പരിസരത്തു നില്ക്കുന്ന പ്രതീതി!

ഭഗന്ദേശ്വരാ വിട! തീർത്ഥാടകരുടെ പൂർണ്ണഭാവങ്ങളോടെ വീണ്ടും ഞങ്ങൾ അങ്ങയുടെ സവിധത്തിലെത്താം. പിതൃമഹാസാന്നിദ്ധ്യങ്ങളേ വിട! വീണ്ടുമൊരു ബലിതർപ്പണത്തിനായി ഓർമ്മകളുടെ ഇലക്കുമ്പിളുമായി ഞങ്ങളെത്താം.

ബാഗമണ്ഡലയിൽ നിന്നും പുറത്തേക്കുള്ള ോകവാടവും കടന്ന് മടിക്കേരിക്കുള്ള പാത മുന്നിൽ നീണ്ടുകിടന്നു.

കഴിഞ്ഞ കുറേ നിമിഷങ്ങൾ നേടിത്തന്ന തൂവൽക്കുരുന്നിന്റെ ഭാരക്കുറവോടെ ഞാൻ മെല്ലെ ആക്സിലേറ്ററിൽ കാലമർത്തി.

കുടകിലെ കുളിരിൽ

കുടക്! കോട കൊണ്ടുമൂടിക്കിടക്കുന്ന വൃക്ഷനിബിഡങ്ങളായ കൊടിയ കാടുകൾ; ഒന്നിനോടൊന്നു തൊട്ടുകിടക്കുന്ന കുന്നിൻ നിരകൾ. കുത്തനെയുള്ള കരിമ്പാറക്കെട്ടുകൾ. നോക്കെത്താത്ത പിളർപ്പുകൾ. പാതാളത്തിലേക്കു നോക്കുന്ന കൊല്ലികൾ. യുഗാന്തരങ്ങളായി വെളിച്ചത്തിനു തപം ചെയ്തുകൊണ്ടിരിക്കുന്ന താഴ്‌വാരങ്ങൾ! സരസ്സുകൾ! ഒരു പുതുവിധവയെപ്പോലെ എങ്ങോട്ടെന്നില്ലാതെ വിരണ്ടുപായുന്ന കാട്ടാറുകൾ, മുരളുന്ന നിർഝരങ്ങൾ; കുറച്ചുകൂടി കീഴോട്ടിറങ്ങുക - വിശാലങ്ങളായ കുരുമുളകുതോട്ടങ്ങൾ, കാപ്പിത്തോട്ടങ്ങൾ, നാരങ്ങാത്തോട്ടങ്ങൾ; പിന്നീട് അവിടെയുള്ള സമതലങ്ങളിലേക്കു പ്രവേശിക്കുക - പച്ചപിടിച്ച നെൽവയലുകൾ; പുല്ലുമേഞ്ഞ മനകൾ; മലദേവന്റെ അമ്പലങ്ങൾ; ഊടുപാതകൾ; രൂക്ഷ സ്വഭാവമുള്ള പുരുഷന്മാർ; വനദേവതമാരെപ്പോലുള്ള വനിതകൾ - അതേ ദക്ഷിണേന്ത്യയിലെ സാക്ഷാൽ യക്ഷിസാമ്രാജ്യമാണ് കുടക്. മൈസൂരിന്റെയും മലബാറിന്റെയും കർണ്ണാടകത്തിന്റെയും ഇടയിൽ കുടുങ്ങിക്കിടക്കുന്ന കൊച്ചുനാട്.

എസ് കെ പൊറ്റെക്കാട്ടിന്റെ *പുള്ളിമാൻ* എന്ന മനോഹരമായ കഥ തുടങ്ങുന്നത് കുടകിന്റെ ഈ വിവരണത്തോടെയാണ്. എന്റെ വായനയുടെ ആദ്യകാലങ്ങളിൽ മനസ്സിൽ പതിഞ്ഞ കുടകിന്റെ വർണ്ണന ഓരോ കുടകുയാത്രയിലും എന്നോടൊപ്പമുണ്ടായിരുന്നു. *പുള്ളിമാനി*ലെ പാർവ്വതിയും സീതമ്മയും ദേവയ്യനും പൊറ്റെക്കാട്ടിന്റെ ഇന്ദ്രജാലമാർന്ന വൈഖരികളിലൂടെയും ഇ എൻ ബാലകൃഷ്ണന്റെ സിനിമയിലൂടെയും എന്നേ എന്റെ ഓർമ്മകളുടെ മായാത്ത ചുവരുകളിൽ പ്രതിഷ്ഠ നേടിയിരുന്നുവല്ലോ.

ബാഗമണ്ഡലയിൽനിന്നും കുന്നുകളും കാപ്പിത്തോട്ടങ്ങളും നെൽവയലുകളും കൊച്ചരുവികളും കടന്ന് ഞങ്ങൾ മടിക്കേരിയിലെത്തിയപ്പോൾ ഉച്ചയൂണിനു സമയമായിരുന്നു. മൈസൂർ റോഡിലൂടെ അല്പം ചെന്നപ്പോൾ നല്ലൊരു റസ്റ്റോറന്റു കണ്ടു. കുടകിന്റെ രുചിക്കൂട്ടിൽ സമൃദ്ധമായ ഭക്ഷണം.

താമസത്തിനായി ഏർപ്പാടു ചെയ്തിരുന്ന ഹോട്ടലിലെത്തി. പിന്നെ അല്പം വിശ്രമത്തിനു ശേഷം മടിക്കേരി കാഴ്ചയിലേക്കു ഞങ്ങളിറങ്ങി. 'അബ്ബേ' വെള്ളച്ചാട്ടമായിരുന്നു സന്ദർശന പരിപാടിയിലെ ആദ്യയിനം. മടിക്കേരി പട്ടണത്തിൽനിന്നും ആറു കി മി അകലെയാണ് വെള്ളച്ചാട്ടം. സീസണായതിനാൽ വെള്ളച്ചാട്ടം കാണാൻ സന്ദർശകബാഹുല്യമായിരുന്നു. പാർക്കിങ് ഗ്രൗണ്ടിൽനിന്നും കാപ്പിത്തോട്ടങ്ങൾക്കിടയിലൂടെയുള്ള നാട്ടുവഴിയിലൂടെ കുന്നിറങ്ങിച്ചെന്നാൽ അബ്ബേ വെള്ളച്ചാട്ടത്തിന്നരികിലെത്താം. ചെറുതെങ്കിലും മനോഹരമായ വെള്ളച്ചാട്ടം. 'കൂട്ടുപൊളെ' ഡാമിൽനിന്നും ഒഴുകിവരുന്ന ജലം ഉയർന്ന ഒരു പാറക്കെട്ടിലൂടെ താഴേക്കു പതിക്കുമ്പോൾ 'അബ്ബേ' ജലപാതം പിറക്കുന്നു. വെള്ളച്ചാട്ടത്തിന്റെ ഹുങ്കാരമില്ലെങ്കിലും ദൂരക്കാഴ്ചയിൽ 'അബ്ബേഫാൾസ്' ഹൃദയഹാരിയാണ്. അന്തരീക്ഷത്തിൽ ജലകണങ്ങൾ ഈറനുടുത്തുനില്ക്കുന്നു. നമ്മെ ജലസ്പർശിനികൾ കൊണ്ടു തൊടുന്നവയാണ് ജലപാതങ്ങൾ! അബ്ബേ ഫാൾസും തന്റെ ധർമ്മം നിർവ്വഹിച്ചുകൊണ്ടിരിക്കുന്നു. ജലപാതത്തിനു ചുറ്റുമുള്ള വനസ്ഥലികൾ അപൂർവ്വമായ സസ്യജാലങ്ങളാൽ സമ്പന്നമാണ്.

'അബ്ബേ' ജലപാതം

ചന്ദ്രമോഹനനും കുടുംബത്തിനും അന്നുതന്നെ സുള്ളിയയ്ക്കു മടങ്ങേണ്ടിയിരുന്നതിനാൽ അബ്ബേ ഫാൾസിന്റെ കിന്നാരങ്ങളെ പിന്നിലുപേക്ഷിച്ച് ഞങ്ങൾ മടിക്കേരിയിലേക്കു മടങ്ങി. ബസ്സ്റ്റാൻഡിലെത്തി ചന്ദ്രമോഹനനെയും സുധയെയും സുള്ളിയയ്ക്കു യാത്രയാക്കിയശേഷം ഞങ്ങൾ ഹോട്ടലിലേക്കു മടങ്ങി.

പ്രധാന നിരത്തിൽനിന്നും മാറി മറ്റൊരു വഴിയിലൂടെ കുറച്ചു ചെന്നാൽ കുന്നിന്റെ നെറുകയിലെ ഞങ്ങളുടെ ഹോട്ടലിലെത്താം. ഏകാന്തമായ ഹോട്ടൽ മുറിയുടെ ബാൽക്കണിയിൽ നിന്നാൽ മടക്കുകളായി കിടക്കുന്ന താഴ്‌വരക്കാഴ്ചയാണ്. തൊട്ടു താഴെയുള്ള തട്ടിൽ വലത്തു വശത്തായാണ് പ്രസിദ്ധമായ ഓങ്കാരേശ്വരക്ഷേത്രം. ഹോട്ടലിന്റെ മുന്നിൽ നിന്നും വളഞ്ഞുപോകുന്ന ഒരു നിരത്തിലൂടെ ഇറങ്ങിച്ചെന്നാൽ ഓങ്കാര ക്ഷേത്രത്തിനു പിന്നിലെത്താം.

1820 ൽ കൊടക രാജാവായ ലിംഗരാജേന്ദ്രൻ രണ്ടാമൻ പണികഴിപ്പിച്ച മനോഹരമായ ക്ഷേത്രമാണിത്. അന്യൂനമായ ശില്പചാതുരിയുടെ നിദർശനമാണീക്ഷേത്രം. ഇസ്ലാമിക്-ഗോഥിക് ശില്പ സങ്കരമാണ് ക്ഷേത്ര നിർമ്മിതിയുടെ പ്രത്യേകത. മഹാരാജാവ് ഈ ക്ഷേത്രം പണിഞ്ഞതിനു പിന്നിൽ ഒരു പ്രായശ്ചിത്തത്തിന്റെ കഥയുണ്ടത്രേ. രാജാവിന്റെ നെറികെട്ട പ്രവർത്തനങ്ങൾക്കെതിരെ പ്രതിഷേധിച്ച പുണ്യവാനായ ഒരു ബ്രാഹ്മണനെ അദ്ദേഹം വധിച്ചു. ബ്രാഹ്മണൻ ഒരു ബ്രഹ്മരക്ഷസിന്റെ രൂപം പൂണ്ട് രാജാവിനെ നിരന്തരം പീഡിപ്പിക്കുവാൻ തുടങ്ങി. ബ്രഹ്മഹത്യാപാപത്തിൽനിന്നും രക്ഷനേടുവാൻ ഒരു ശിവക്ഷേത്രം പണിയുവാൻ ജ്യോത്സ്യന്മാർ നിർദ്ദേശിച്ചതിൻപ്രകാരമാണ് ലിംഗരാജേന്ദ്രൻ രണ്ടാമൻ ഓങ്കാരേശ്വരക്ഷേത്രം പണിഞ്ഞത്. കാശിയിൽനിന്നാണ് ഇവിടെ പ്രതിഷ്ഠിക്കാനുള്ള ശിവലിംഗം രാജാവു കൊണ്ടുവന്നത്.

ഓങ്കാരേശ്വരക്ഷേത്രത്തിനു മുന്നിലെ വിശാലമായ കുളത്തിന്റെ കൽപ്പടവുകളിൽ വെള്ളത്തിൽ പ്രതിഫലിക്കുന്ന സായാഹ്നസൂര്യനെ നോക്കി ഞങ്ങളിരുന്നു. പിന്നെ മെല്ലെ ക്ഷേത്രത്തിലേക്കുള്ള പടവുകൾ കയറി ശ്രീകോവിലിനു മുന്നിലെത്തി. കേരളീയക്ഷേത്രമാതൃകയിൽ പണി കഴിപ്പിച്ച നാലമ്പലത്തിലെ ചുവർചിത്രങ്ങളുടെ ചാരുതയിൽ മുങ്ങി ഞങ്ങൾ ശ്രീകോവിലിനു പ്രദക്ഷിണം വച്ചു.

ഓങ്കാരേശ്വരാ, ലിംഗരാജേന്ദ്ര മഹാരാജാവിന്റെ പാപക്കറകൾ കഴുകിക്കളഞ്ഞതുപോലെ അങ്ങു ഞങ്ങളെയും പാപങ്ങളിൽനിന്നു മുക്തമാക്കിയാലും. അകന്മഷമായ പ്രാർത്ഥനയുടെ തീർത്ഥക്കുമ്പിളുമായി ഇതാ ഞങ്ങൾ അങ്ങയുടെ സവിധത്തിൽ!

ആരെയും മോഹിപ്പിക്കുന്നതാണ് മടിക്കേരിയിലെ പ്രദോഷങ്ങൾ. പ്രത്യേകിച്ചും 'രാജാസ് സീറ്റിൽ'പ്രകൃതിയുടെ മടിത്തട്ടിലിരുന്നുള്ള താഴ്‌വരക്കാഴ്ചകൾ. രാജഭരണകാലത്ത് രാജാവിനും കുടുംബാംഗങ്ങൾക്കും വിശ്രമിക്കാനൊരുക്കിയ സ്ഥലമാണിത്. വിശാലമായ കുന്നിൻമുകളിലെ സമതലഭൂവിൽ നാലുകമാനങ്ങളുള്ള മണ്ഡപത്തിലി

രാജാസ് സീറ്റ് - മടിക്കേരി

രുന്ന് രാജാവ് സൂര്യോദയവും അസ്തമയവും കാണാറുണ്ടായിരുന്നുവത്രേ.

മടിക്കേരിയിലെത്തുന്ന ഓരോ സഞ്ചാരിയുടെയും സ്വപ്നമാണ് ഇന്ന് രാജാസ് സീറ്റ്. സീസണിൽ വൈകുന്നേരമായാൽ ഇവിടം സഞ്ചാരികളെക്കൊണ്ടു നിറയും. രാജാസ് സീറ്റിനു സമീപത്തു താഴെയുള്ള തട്ടുകളിലിരുന്ന് സഞ്ചാരികൾക്ക് താഴ്‌വരയെ നോക്കിയിരിക്കാം. കോടമഞ്ഞു മൂടുന്നതും പിന്നെ പഞ്ഞിക്കെട്ടുപറന്നുയരുന്നതും പോലെ അവ മെല്ലെ അപ്രത്യക്ഷമാകുന്നതും കണ്ടിരിക്കാം.

വിശാലമായ ഉദ്യാനത്തിലെ വഴിത്താരയിലൂടെ നടന്ന് ഞങ്ങൾ രാജമണ്ഡപത്തിനടുത്തെത്തി. മുഗൾ നിർമ്മിതിയുടെ മാതൃകയിലുള്ള മണ്ഡപത്തിന്റെ കമാനങ്ങൾക്കു കീഴെ മാർബിൾ തറയിൽ വീണു ചിതറുന്ന വെളിച്ചത്തിന്റെ ചീളുകൾ! രാജാവിന്റെ ഏകാന്ത സന്ധ്യകളുടെ ഓർമ്മകൾ മണ്ഡപത്തിന്റെ ചുവരുകളിൽ ചിറകടിയൊച്ചയായി നിറയുന്നു!

രാജമണ്ഡപത്തിനു താഴെയുള്ള കല്പടവുകളിലൂടെ ഞങ്ങൾ താഴേക്കിറങ്ങി. നേർത്ത കുളിരലകൾ വല നെയ്യുന്ന സായാഹ്നം. പടവുകളിലൂടെ ആദ്യത്തെ തട്ടിൽ. പിന്നെയും താഴേക്ക്. ഒടുവിൽ കളിക്കളത്തിനു മുകളിലെ ഗ്യാലറിപോലെ തോന്നിക്കുന്ന അസംഖ്യം പടവുകൾ. ഇവിടെയിരുന്നാലാണ് താഴ്‌വരയിലെ കോടമഞ്ഞിന്റെ സഞ്ചാരം ഏറ്റവുമടുത്തു കാണാനാവുക. ചാറ്റൽ മഴയുടെ തലോടൽ പോലും സുഖദമായ ഒരനുഭൂതിയായി നിറഞ്ഞ നിമിഷങ്ങൾ.

കോടമഞ്ഞിനപ്പുറം സൂര്യൻ അസ്തമിച്ചു കഴിഞ്ഞിരിക്കണം. സാന്ധ്യപ്രകാശത്തിന്റെ അരുണിമ രാജാസ് സീറ്റിനെ അലൗകികമായ

പ്രഭാപൂരത്തിൽ നിമഗ്നമാക്കുന്നു. പേരറിയാത്ത പക്ഷികളുടെ പാട്ട് മലമടക്കുകളിൽ തട്ടി പ്രതിദ്ധ്വനിക്കുന്നു. കോടമഞ്ഞു വളരെ വേഗത്തിൽ താഴ്‌വരയെ മറയ്ക്കുകയും വെളിപ്പെടുത്തുകയും ചെയ്തുകൊണ്ടിരിക്കുന്നു.

സന്ധ്യ വീണുതുടങ്ങി. രാജാസ് സീറ്റിലെ ഉദ്യാനവിളക്കുകൾ തെളിഞ്ഞു. സഞ്ചാരികൾ മടങ്ങിത്തുടങ്ങുന്നു. രാജാസ് സീറ്റിലെ ഗ്യാലറിയിൽനിന്നും എഴുന്നേല്ക്കാനേ തോന്നിയില്ല. കുളിരലകൾ നേർത്ത പുതപ്പുകൊണ്ട് ശരീരം മൂടുന്നതുപോലെ.

ഞങ്ങൾ മെല്ലെ പടവുകൾ കയറി. വിണ്ടും രാജമണ്ഡപത്തിനരികിലൂടെ പുറത്തേക്കുള്ള വഴിത്താരയിലേക്ക്. രാജാസ് സീറ്റിന്റെ പ്രവേശനകവാടത്തിൽ അപ്പോഴും തിരക്കവസാനിച്ചിരുന്നില്ല. സ്നാക്ക്ബാറിന്റെയും, ടീസ്റ്റാളിന്റെയും മുന്നിൽ അപൂർവ്വമായ തിരക്ക്. ടോയി ട്രെയിനിൽ കയറി കൊച്ചുയാത്ര നടത്തുവാൻ അപ്പോഴും കുട്ടികൾ തിരക്കുകൂട്ടുന്നുണ്ടായിരുന്നു. ടീ സ്റ്റാളിൽനിന്നും വാങ്ങിയ പേപ്പർക്കപ്പിലെ കാപ്പി നുണഞ്ഞുകൊണ്ട് ഞങ്ങൾ മടിക്കേരിയുടെ രാത്രിയിലേക്കു നടന്നു.

ഹോട്ടൽ മുറിയുടെ ബാൽക്കണിയിലിരുന്ന് രാത്രി വൈകുംവരെ താഴ്‌വരയുടെ രാത്രി ഞങ്ങൾ കണ്ടിരുന്നു. രാജാസ് സീറ്റിൽ നിന്നെന്നപ്പോലെ കോടമഞ്ഞിറങ്ങുന്ന താഴ്‌വര. രാത്രിയായതിനാൽ കോടമഞ്ഞു മായുന്നത് വ്യക്തമല്ലെന്നു മാത്രം.

“ഇതുപോലൊരു വരാന്തയിൽ *പുള്ളിമാനി*ലെ പാർവ്വതിയും രാത്രികളിൽ ഏറെനേരം ഇരിക്കാറുണ്ടായിരുന്നു.” അരികിലിരുന്ന സഹധർമ്മിണി ഉഷയെ ഞാൻ ഓർമ്മിപ്പിച്ചു.

“പാർവ്വതിയോടൊപ്പം ദേവയ്യനും ഉണ്ടായിരുന്നില്ലേ?” ഉഷയുടെ സംശയം.

“തീർച്ചയായും. പ്രണയലോലയായ പാർവ്വതി ദേവയ്യന്റെ കരവലയത്തിലായിരുന്നിരിക്കണം.”

താഴ്‌വരയിൽ ഓടക്കാടുകൾക്കും, വഴിത്താരകൾക്കും നടുവിൽ ഒരു കൊച്ചു തടാകത്തിന്റെ നേർത്ത ധവളിമ. ആ തടാകത്തിന്റെ കരയിലെ കാട്ടുചെമ്പകത്തിന്റെ നിഴലിൽ വച്ചല്ലേ ദേവയ്യൻ പാർവ്വതിയോട് ആദ്യമായി പ്രണയാഭ്യർത്ഥന നടത്തിയത്!

ഒടുവിൽ കാലത്തിന്റെ സംക്രമണത്തിൽ പുതുപുഷ്പമായ സീതമ്മയുടെ അരികിലിരുന്ന് തടാകത്തിൽ വെള്ളം കുടിക്കാനെത്തിയ പുള്ളിമാനിനെ ഉന്നം വെച്ച് വെടിവെച്ചതും ഇതുപോലൊരു രാത്രിയിലായിരുന്നുവല്ലോ. പാർവ്വതി എന്ന പുള്ളിമാൻ!

തടാകതീരത്തുനിന്നും ഒരു വെടിയൊച്ച ഞാൻ കേട്ടുവോ?

മടിക്കേരിച്ചിന്തുകൾ

പാർവ്വതിയുടെയും ദേവയ്യന്റെയും സീതമ്മയുടേയും രാത്രി നീണ്ടുപോയതിനാൽ പ്രഭാതത്തിൽ വൈകിയാണുണർന്നത്. എങ്കിലും *പുള്ളിമാനിൽ* മുങ്ങിയ കുടകുരാത്രിക്ക് യാത്രികനായ എസ് കെ പൊറ്റെക്കാട്ടിനു നന്ദി പറയേണ്ടിയിരിക്കുന്നു.

കമ്പിളിപ്പുതപ്പു മൂടിപ്പുതച്ചുതന്നെ ബാൽക്കണിയിലെ കസേരയിൽ ചെന്നിരുന്നു. താഴ്വരയിലെ കോടമഞ്ഞ് അപ്പോഴും അകലക്കാഴ്ചകളെ മറച്ച് ഒരു കോട്ടപോലെ നിന്നിരുന്നു. എങ്കിലും ഞാൻ കാത്തിരുന്നു. കുടകിൽ എനിക്കേറ്റവും പ്രിയങ്കരമായ കാഴ്ച കോടമഞ്ഞ് ഊർന്നിറങ്ങുന്നതാണ്. കുറെക്കഴിയുമ്പോൾ പഞ്ഞിക്കെട്ടുകളുടെ തേരുകൾ മെല്ലെ ഉരുണ്ടുമാറും. അപ്പോൾ ഒരു 'ഡിസ്സോൾവി'ലെന്ന പോലെ വൃക്ഷങ്ങളും പൂക്കളും താഴ്വരയും തെളിഞ്ഞുവരും. കോടമഞ്ഞിൽനിന്നു പുറത്തുവരുന്ന താഴ്വരയുടെ തെളിമ ഒന്നു വേറേ തന്നെയാണ്.

ഒടുവിൽ കോടമഞ്ഞ് ഊർന്നുമാറുക തന്നെ ചെയ്തു. സാന്ദ്രമായ ധവളിമ ഒറ്റപ്പെട്ട മഞ്ഞുമേഘങ്ങളായി പറന്നകന്നുകൊണ്ടിരുന്നു. ഒരു കൂട്ടത്തിൽനിന്നും വേർപെട്ടു പോകുന്ന പറവ പോലെ.

താഴ്വരയുടെ നിഗൂഢത പതുക്കെ അനാവൃതമാകുകയായി.

കോടമഞ്ഞിനെ നോക്കിയിരുന്ന അലസമായ പ്രഭാതത്തിൽനിന്നും മടിക്കേരിക്കാഴ്ചയുടെ സമൃദ്ധിയിലേക്കു ഞങ്ങളിറങ്ങിയപ്പോൾ പൂർവ്വാഹ്നസൂര്യൻ മനേക്ഷാ സ്ക്വയറിൽ കളമെഴുതുകയായിരുന്നു. മടിക്കേരിയിലെ ഉയർന്ന സ്ഥലത്തുള്ള രണ്ട് ആകർഷണങ്ങളാണ് മടിക്കേരിക്കോട്ടയും രാജാക്കന്മാരുടെ ശവകുടീരങ്ങളും. തൊട്ടടുത്തു തന്നെയുള്ള മടിക്കരിക്കോട്ടയിലേക്കു ഞാൻ കാറോടിച്ചു. നഗരമദ്ധ്യത്തിലൂടെ വളഞ്ഞുപുളഞ്ഞു കയറിപ്പോകുന്ന നിരത്ത് പൊടുന്നനെ കോട്ടയുടെ കവാ

മടിക്കേരി കോട്ട

ടത്തിൽ അവസാനിക്കുന്നു. കോട്ടയുടെ വശത്തുകൂടിയാണ് കുന്നിലേക്കുള്ള ടാറിട്ട നിരത്ത്.

ഇന്നു മടിക്കേരി കോട്ട കൂർഗ്ഗ് ജില്ലാ ആസ്ഥാനമായ മടിക്കേരിയുടെ ഭരണസിരാകേന്ദ്രമാണ്. പതിനേഴാം നൂറ്റാണ്ടിന്റെ അവസാന പാദത്തിൽ മുദ്ദുരാജാ എന്ന ഭരണാധികാരിയാണ് കോട്ടയും കോട്ടയ്ക്കുള്ളിലെ കൊട്ടാരവും പണികഴിപ്പിച്ചിട്ടുള്ളത്. മണ്ണുകൊണ്ടു നിർമ്മിച്ചിരുന്ന കോട്ട ടിപ്പുസുൽത്താനാണ് കരിങ്കല്ലിൽ പുനർനിർമ്മിച്ചത്. അക്കാലത്ത് ഈ പ്രദേശം 'സഫറാബാദ്' എന്നാണ് അറിയപ്പെട്ടിരുന്നത്. 1790 ൽ ദൊദ്ദു വീര രാജേന്ദ്ര കോട്ടയുടെ നിയന്ത്രണം തിരിച്ചു പിടിച്ചു. 1812 നും 1814 നുമിടയ്ക്ക് ലിംഗരാജേന്ദ്ര രണ്ടാമൻ കൊട്ടാരം പുതുക്കിപ്പണിഞ്ഞു. ബ്രിട്ടീഷ് അധീനതയിലായ കോട്ട 1834 ൽ കേടുപാടുകൾ തീർത്ത് പുനർനിർമ്മിക്കുകയായിരുന്നു.

കോട്ടയുടെ വടക്കുകിഴക്കേ കോണിലാണ് പ്രധാന കവാടം. കവാടത്തിനിരുപുറവും രണ്ടു കൂറ്റൻ കരിവീരന്മാരുടെ പ്രതിമകൾ സന്ദർശകരെ സ്വാഗതം ചെയ്യുന്നു. തെക്കു കിഴക്കേ കവാടത്തിനരികിൽ പഴയ സെന്റ് മാർക്ക് പള്ളിയും. പ്രധാന കവാടത്തിനരികിൽ തന്നെയാണ് 'കോട്ടെ ഗണപതി' എന്നറിയപ്പെടുന്ന ഗണേശക്ഷേത്രം.

മടിക്കേരി കോട്ടയ്ക്കു ഇന്നും കേടുപാടുകൾ ഒന്നുമില്ല. എന്നാൽ കർണ്ണാടക പുരാവസ്തു വകുപ്പിനു കീഴിലുള്ള കോട്ട നന്നായി സംരക്ഷിക്കപ്പെടുന്നില്ല എന്നതാണ് ദുഃഖകരം. എത്രയോ രാജവംശങ്ങളുടെയും ഭരണാധികാരികളുടെയും ചരിത്രം പേറുന്ന കോട്ട അതിന്റെ തനി

മയിൽ സംരക്ഷിക്കേണ്ടത് അനിവാര്യമാണെന്ന അറിവ് 'പുതിയ രാജാക്കന്മാർ'ക്ക് ഇനിയുമുണ്ടാകാത്തത് അത്ഭുതം തന്നെ! കോട്ടയ്ക്കുള്ളിലെ പഴയ കൊട്ടാരത്തിലാണ് മടിക്കേരിയിലെ ജില്ലാ ഓഫീസുകൾ പ്രവർത്തിക്കുന്നത്. കൽത്തൂണുകൾ നിഴൽവിരിക്കുന്ന നീണ്ട ഇടനാഴികളും കമാനാകൃതിയിലുള്ള വാതിലുകളും ജാലകങ്ങളും കൊട്ടാരക്കെട്ടുകൾക്ക് ഗതകാല പ്രൗഢിയേകുന്നു. പഴയ കൊട്ടാരത്തിന് മുന്നിലെ ഉദ്യാനങ്ങളേറെയും പാർക്കിങ് സ്ഥലങ്ങളിലായി മാറ്റിയിരിക്കുന്നു എന്നതാണ് പുതിയകാലത്തിന്റെ വികസനകർമ്മം.

ബ്രിട്ടീഷുകാർ പുതുക്കിപ്പണിഞ്ഞ എല്ലാ കോട്ടകൾക്കും ഒരേ ആകൃതിയും സ്വഭാവവുമാണ്. കണ്ണൂർ കോട്ടയും ബേക്കൽ കോട്ടയും തലശ്ശേരി കോട്ടയുമൊക്കെ മടിക്കേരികോട്ടയുമായി സമാനത പുലർത്തുന്നു. കോട്ടയുടെ മുക്കിലും മൂലയിലും ഞങ്ങൾ കയറി നടന്നു. കോട്ടകൾ നമ്മെ ചരിത്രത്തിലേക്കു പിൻനടത്തുന്നവയാണ്. കോട്ടകളുടെ ഓരോ കവാടങ്ങളും ചരിത്രത്തിന്റെ വെളിമ്പറമ്പിലേക്കുള്ള പ്രവേശന ദ്വാരങ്ങളാണ്. മടിക്കേരിയുടെ വായിച്ചറിഞ്ഞതും അല്ലാത്തതുമായ ചരിത്രത്തിലേക്കു ഞങ്ങൾ നടന്നു കയറിയ മണിക്കൂറുകൾ!

ബ്രിട്ടീഷ് അധിനിവേശകാലത്ത് ഈസ്റ്റിന്ത്യാക്കമ്പനി 1859 ൽ മടിക്കേരി കോട്ടയ്ക്കുള്ളിൽ സ്ഥാപിച്ച ആരാധനാലയമായിരുന്നു സെന്റ് മാർക്ക് പള്ളി. മദ്രാസ് സർക്കാരിന്റെ സാമ്പത്തിക സഹായത്താൽ 'ചർച്ച് ഓഫ് ഇംഗ്ലണ്ട് ഇൻ ഇന്ത്യ'യുടെ കീഴിൽ മദ്രാസ് മഹായിടവകയുടെ ഭാഗമായിരുന്നു പള്ളി. ഇന്ത്യക്കു സ്വാതന്ത്ര്യം ലഭിച്ചതോടെ സെന്റ് മാർക്ക് പള്ളി അടച്ചു. 1971 ൽ ഇതു കർണ്ണാടക സർക്കാർ ഏറ്റെടുത്തു. ശില്പഭംഗിയാർന്ന ഈ പള്ളി കർണ്ണാടക സംസ്ഥാന പുരാവസ്തുവകുപ്പിൻ കീഴിൽ ഇന്ന് മടിക്കേരി 'ഫോർട്ട് മ്യൂസിയ'മാണ്.

കുടക് അഥവാ കൂർഗ്ഗിന് നീണ്ട ഒരു ചരിത്രവും പാരമ്പര്യമുണ്ട്. പ്രകൃതിസൗന്ദര്യം കനിഞ്ഞനുഗ്രഹിച്ച കുടക് കാപ്പിയുടെയും ഏലത്തിന്റെയും ഓറഞ്ചിന്റെയും നാടെന്നതിലുപരി ഭാഷയിലും വേഷത്തിലും പാരമ്പര്യത്തിലും സംസ്കാരത്തിലും വ്യത്യസ്തത പുലർത്തുന്ന 'കൊടവ'രുടെ സ്വപ്നഭൂമിയാണ്. തങ്ങളുടെ സ്വത്വവും, പാരമ്പര്യവും, കലയും, ചരിത്രവുമൊക്കെ സൂക്ഷിക്കുന്നതിൽ പ്രത്യേകം നിഷ്കർഷ എല്ലാക്കാലത്തും അവർ പുലർത്തിയിരുന്നു. ഗംഗ, കൊംഗാൽവ, ചെങ്കാൽവ, ഹൊയ്സാല, വിജയനഗരരാജാക്കന്മാർ, ബേലൂർ പ്രഭുക്കൾ, പില്ക്കാലത്തു കൊടക രാജാക്കന്മാർ- ഇവരെല്ലാം കുടകിന്റെ ഭരണാധികാരികളായിരുന്നു. ഇടക്കാലത്ത് ടിപ്പുസുൽത്താനും പിന്നീട് ഇന്ത്യ സ്വതന്ത്രയാകും വരെ ബ്രിട്ടീഷുകാരും കുടകു ഭരിച്ചിരുന്നു. രാജവംശങ്ങളുടെയും, വൈദേശികാധിപത്യത്തിന്റെയും പിന്തുടർച്ചയുടെ ശേഷിപ്പുകൾ കുടകിന്റെ സംസ്കൃതിയുടെ ഭാഗമാണ്. അവയുടെ വിലപിടിപ്പുള്ള ശേഖരമാണ് ഇന്ന് മടിക്കേരി ഫോർട്ട് മ്യൂസിയം.

ജയിൻ തീർത്ഥങ്കരരുടെ ശിലാസ്തംഭങ്ങൾ, പിത്തള ശില്പങ്ങൾ,

ഹിന്ദു രാജാക്കന്മാരുടെ കാലത്തെ ശിലാസ്തംഭങ്ങളും, ശിലാലിഖിതങ്ങളും, നാടോടി ശില്പങ്ങൾ, ലോഹപ്രതിമകൾ എന്നിങ്ങനെ ഗതകാലങ്ങളുടെ ചരിത്രവും, പാരമ്പര്യവും, കലാചര്യകളും ആലേഖനം ചെയ്യുന്ന അമൂല്യമായ വസ്തുക്കളാണ് മ്യൂസിയത്തിലുള്ളത്. മ്യൂസിയം സ്ഥിതിചെയ്യുന്ന ശില്പസൗകുമാര്യമാർന്ന സെന്റ് മാർക്ക് പള്ളി തന്നെ ഒരു പുരാവസ്തുവാണെന്നതാണ് സവിശേഷത. 150 വർഷത്തിലേറെ പഴക്കമുള്ള, റോമൻ ഗോഥിക് ശൈലിയിലുള്ള പള്ളിയിലെ കമാനങ്ങളും വർണ്ണചിത്രങ്ങൾ ആലേഖനം ചെയ്ത സ്ഫടികജാലകങ്ങളുമൊക്കെ കലാസ്വാദകരുടെ കാരുണ്യമാണ്. കുടകിന്റെ വീരപൗരനായിരുന്ന ഫീൽഡ് മാർഷൽ കെ എം കരിയപ്പ തന്റെ സ്വകാര്യശേഖരത്തിൽ നിന്നും മ്യൂസിയത്തിനു സംഭാവന ചെയ്ത വസ്തുക്കളും ഇവിടെ പ്രദർശനത്തിനുണ്ട്. ചരിത്രത്തിന്റെ പിൻവാതിലുകൾ തുറന്നുതന്ന മടിക്കേരി കോട്ടയും, കോട്ടയിലെ പുരാവസ്തുമ്യൂസിയവും ഒരു പൂർവ്വാഹ്നത്തിന്റെ ധന്യതയായി എന്നെ ഇപ്പോഴും പിന്തുടരുന്നു.

മടിക്കേരി പട്ടണത്തിന്റെ ഹൃദയഭാഗത്തുതന്നെയുള്ള മറ്റൊരു കുന്ന് അധികം സഞ്ചാരികളെ ആകർഷിക്കാറില്ല. ടൂറിസം ഭൂപടത്തിലും ഈ പ്രദേശത്തിന് വലിയ പ്രാധാന്യം നല്കാത്തത് അതിന്റെ പ്രശാന്തമായ അന്തരീക്ഷം കാത്തുസൂക്ഷിക്കാനാവും. കുന്നിന്റെ തൊട്ടു താഴെ വരെ കാറിലെത്താം. പിന്നീട് നടന്നുകയറണം. മടിക്കേരി പട്ടണത്തിന്റെ ഹൃദയഹാരിയായ കാഴ്ചയാണ് കുന്നിന്റെ നെറുകയിൽനിന്നുള്ള മറ്റൊരു വിസ്മയം!

കൊടവരാജാക്കന്മാരുടെ ശവകുടീരങ്ങൾ

വിശാലമായ ഉദ്യാനത്തിനു നടുവിൽ പ്രധാനമായും മൂന്നു ശവകുടീരങ്ങളാണ് ഉയർന്നു കാണുന്നത്. ഒറ്റ നോട്ടത്തിൽ ഇതും മുസ്ലീം രാജാക്കന്മാരുടെ ശവകുടീരമെന്നേ തോന്നൂ. മിനാരങ്ങളും താഴികകുടങ്ങളുമായി മുഗൾ ശവകുടീരങ്ങളെ ഇവ ഓർമ്മിപ്പിക്കുന്നു. കൊടവ രാജവംശത്തിലെ രാജാക്കന്മാരുടെ ശവകുടീരങ്ങളാണ് ഇന്തോ-മുഹമ്മദീയൻ വാസ്തുശൈലിയിൽ ഇവിടെ പണിതുയർത്തിയിരിക്കുന്നത്. മടിക്കേരിയിലെ ഓങ്കാരേശ്വരക്ഷേത്ര നിർമ്മാണത്തിൽപ്പോലും ഈ സങ്കരശൈലിയുടെ സ്വാധീനം പ്രകടമാണ്.

മൂന്നു പ്രധാന ശവകുടീരങ്ങളിൽ മദ്ധ്യത്തിലുള്ളത് ദൊദ്ദവീരേന്ദ്ര രാജയുടെയും അദ്ദേഹത്തിന്റെ രാജ്ഞിയുടേതുമാണ്. അതിന്റെ വലത്തുഭാഗത്തുള്ള ലിംഗരാജേന്ദ്ര മഹാരാജാവിന്റെ കുടീരം 1820 ൽ അദ്ദേഹത്തിന്റെ മകൻ ചിക്ക വീരരാജേന്ദ്ര പണികഴിപ്പിച്ചതാണ്. ഇടതുഭാഗത്തേത് രാജപുരോഹിതൻ രുദ്രപ്പയുടെയും. ഇതിനു തൊട്ടടുത്തു തന്നെ രണ്ടു ചെറിയ ശവകുടീരങ്ങൾ കൂടിയുണ്ട്. ടിപ്പുസുൽത്താനെതിരെ പട നയിച്ച് വീരമൃത്യു വരിച്ച സേനാമേധാവി ബിദ്ദണ്ഡബൊപ്പുവിന്റെയും സേനാമേധാവിയായിരുന്ന മകൻ ബിദ്ദണ്ഡസോമയ്യയുടെയുമാണവ. ബിദ്ദണ്ഡബൊപ്പുവിന്റെ ശവകുടീരത്തിൽ ദൊദ്ദവീരരാജേന്ദ്ര മഹാരാജാവിന്റെ കല്പന പ്രകാരം ടിപ്പുസുൽത്താനുമായുള്ള യുദ്ധത്തിൽ അദ്ദേഹം വഹിച്ച സ്തുത്യർഹമായ സേവനത്തെ പ്രകീർത്തിച്ചുള്ള ലിഖിതവുമുണ്ട്.

കുടകുരാജാക്കന്മാർ ശൈവഭക്തരായതിനാൽ ശിവവാഹനമായ നന്ദി ശവകുടീരങ്ങൾക്കു കാവലാളായി ഇവിടെ നിലകൊള്ളുന്നു എന്നതും കൗതുകകരമാണ്. രാജാക്കന്മാരുടെ ശവകുടീരങ്ങൾക്കൊപ്പം രാജപുരോഹിതന്റെയും സേനാനായകന്മാരുടെയും കുടീരങ്ങൾ പടുത്തുയർത്തുവാനുള്ള കുടകു രാജവംശത്തിന്റെ സാമൂഹ്യനീതിബോധത്തെ അഭിനന്ദിക്കാതെ വയ്യ. ഒരുപക്ഷേ, അപൂർവ്വമായ ഒരു രാജനീതി!

സായാഹ്നത്തിലേക്കു ചാഞ്ഞിറങ്ങുന്ന മടിക്കേരിയുടെ ചില്ലകളിൽ ചവിട്ടി ഞങ്ങൾ കുന്നിറങ്ങി. കോടമഞ്ഞുപുതയ്ക്കുന്ന താഴ്‌വരയെ നോക്കിയിരിക്കാൻ ഞങ്ങൾക്കൊരു സായാഹ്നം കൂടി! വീണ്ടും രാജാസ് സീറ്റിലെ പടവുകളിലൊന്നിലിരുന്ന് മഞ്ഞുമേഘങ്ങൾ താഴ്‌വരയെ പുണരുന്നതും എപ്പോഴോ പറന്നകലുന്നതും കാണണം. പിന്നെ സന്ധ്യ വീഴുമ്പോൾ മനേക്ഷാ സ്ക്വയറിലൂടെ കുടകിന്റെ കുളിരേറി ഹോട്ടലിലേക്കുമടങ്ങണം. ഹോട്ടൽ ബാൽക്കണിയിലിരുന്ന് രാവേറെച്ചെല്ലുംവരെ കോടമഞ്ഞിന്റെ നൃത്തം കാണണം. രാത്രിമഴയുടെ സാന്ത്വനത്തിൽ ഇടയ്ക്കെപ്പോഴെങ്കിലും *പുള്ളിമാനി*ലെ പാർവ്വതിയേയും, ദേവയ്യനെയും, സീതമ്മയേയും കാവ്യഭാവനയുടെ ചിറകിലേറ്റണം!

ബൈലക്കുപ്പയിലെ ബുദ്ധപൂർണ്ണിമ

കോടമഞ്ഞിറങ്ങിയ മടിക്കേരി പ്രഭാതങ്ങളെക്കുറിച്ചു ചിന്തിക്കുകയേ വയ്യ. എന്നാൽ ഇന്നു തെളിമയോടെ പ്രഭാതം മുന്നിൽ. താഴ്‌വരയും താഴ്‌വരയ്ക്കപ്പുറത്തെ കൊച്ചരുവിയും പിന്നെ മലമടക്കുകളുമെല്ലാം നിറപുഞ്ചിരിയോടെ സ്വാഗതമോതുന്നു. പശ്ചാത്തലത്തിൽ ഓംകാരേശ്വര ക്ഷേത്രത്തിലെ കുടമണികളുടെ പ്രാർത്ഥന!

മനേക്ഷാ ചത്വരവും കടന്ന് ഞാൻ മൈസൂർ റോഡിലൂടെ കാറോടിച്ചു. പ്രഭാത വെയിലിന്റെ നനവേറ്റ് കാറോടിക്കുവാൻ പ്രത്യേക സുഖം.

ബൈലക്കുപ്പയിലേക്കാണ് ഞങ്ങളുടെ യാത്ര. മടിക്കേരിൽനിന്നും ബൈലക്കുപ്പയിലേക്ക് 34 കി മീ ദൂരമുണ്ട്. അതിന് തൊട്ടടുത്തുള്ള പട്ടണമാണ് കുശാൽ നഗർ. കുശാൽ നഗറിൽനിന്നും ഏതാണ്ട് അഞ്ചുകിലോമീറ്റർ കൂടി പോയാൽ ബൈലക്കുപ്പയിലെത്തി.

ഇന്ത്യയിലെ ടിബറ്റൻ അഭയാർത്ഥി കേന്ദ്രം എന്ന നിലയ്ക്കാണ് ബൈലക്കുപ്പയുടെ പ്രസിദ്ധി. ഹിമാചൽ പ്രദേശിലെ ധർമ്മശാല കഴിഞ്ഞാൽ ഇന്ത്യയിലെ ഏറ്റവും വലിയ ടിബറ്റൻ കേന്ദ്രമാണ് ഇവിടത്തേത്. കർണ്ണാടകയിലെ ഒരു പ്രധാന വിനോദ സഞ്ചാരകേന്ദ്രം കൂടിയാണ് ബൈലക്കുപ്പ.

ബൈലക്കുപ്പയുടെ ചരിത്രം തേടണമെങ്കിൽ 1959 കാലത്തേക്കു പോകേണ്ടിവരും. ചൈന ടിബറ്റിനെ ആക്രമിച്ചതോടെ ടിബറ്റൻ ബുദ്ധമതാനുയായികളുടെ ആത്മീയ നേതാവായ ദലൈലാമ ഇന്ത്യയിലേക്കു പലായനം ചെയ്തു. കൂടെ ആയിരക്കണക്കിനു ടിബറ്റൻ അഭയാർത്ഥികളും. അന്നത്തെ പ്രധാനമന്ത്രിയായിരുന്ന ജവാഹർലാൽ നെഹ്റുവിനെ ദലൈലാമ നേരിൽ കണ്ട് അഭയാർത്ഥികളെ പുനരധിവസിപ്പിക്കുവാനുള്ള സഹായം അഭ്യർത്ഥിച്ചു. നെഹ്റു അന്ന് കർണ്ണാടക മുഖ്യമന്ത്രി

നം ദ്രോലിങ് ബുദ്ധ വിഹാരം (പ്രവേശനകവാടം)

യായിരുന്ന എസ് നിജലിംഗപ്പയെ കാര്യങ്ങൾ ധരിപ്പിച്ചു. നിജലിംഗപ്പ ബൈലക്കുപ്പയിൽ ടിബറ്റൻ അഭയാർത്ഥികളുടെ പുനരധിവാസത്തിനായി 1960 ൽ 3000 ഏക്കർ ഭൂമി അനുവദിച്ചു. കാർഷികവൃത്തിയിലൂടെ ജീവിതം കരുപ്പിടിപ്പിക്കുവാനുള്ള അവസരമാണ് ബൈലക്കുപ്പയിലെ ഫലഭൂയിഷ്ഠമായ ഭൂമിയിലൂടെ അവർക്കു ലഭിച്ചത്.

1961 ൽ പ്രഥമ ടിബറ്റൻ അഭയാർത്ഥികേന്ദ്രമായ 'ലുഗ്സം സംഡ്യുപ്ലിങ്' നിലവിൽ വന്നു. തുടർന്ന് 1969 ലാണ് രണ്ടാമത്തെ കേന്ദ്രമായ 'ഡിക്കൈലാർസോ' തുറന്നത്.

ബൈലക്കുപ്പയിലെ മോണാസ്റ്ററിക്കു സമീപമെത്തിയപ്പോൾ അവിടെ മിക്കവാറും വിജനമായിരുന്നു. പാർക്കിങ് ഏരിയായിലും വാഹനങ്ങൾ നന്നേ കുറവ്. സന്ദർശകരുടെ തിരക്ക് ഇനിയും ആരംഭിച്ചിട്ടില്ല.

ബൈലക്കുപ്പയിലെ ഏറ്റവും വലിയ ആകർഷണം നംദ്രോലിങ് മോണാസ്റ്ററിയും അതിനുള്ളിലെ സുവർണ്ണക്ഷേത്രവുമാണ്. ടിബറ്റൻ ശില്പങ്ങൾ കൊണ്ടലങ്കരിച്ച നംദ്രോലിങ് ബുദ്ധവിഹാരത്തിന്റെ പ്രധാന കവാടത്തിലൂടെ ഞങ്ങൾ അകത്തേക്കു കടന്നു. കവാടത്തിനുള്ളിൽ കെട്ടിടങ്ങളാൽ ചുറ്റപ്പെട്ട വിശാലമായൊരു തളമാണ്.

ഒരു വശത്തായി പുസ്തകശാലയും, ടിബറ്റൻ കരകൗശലവസ്തുക്കൾ വില്ക്കുന്ന സ്റ്റാളുമുണ്ട്. 'ബുദ്ധിസ'ത്തെക്കുറിച്ച് ആഴത്തിൽ പഠിക്കാനുതകുന്ന ഒട്ടേറെ ഗ്രന്ഥങ്ങൾ വില്പനയ്ക്കായുണ്ട്. കൈവശമില്ലാത്ത ചില പുസ്തകങ്ങൾ അവിടെനിന്നും വാങ്ങാനായി.

കരകൗശല വസ്തുക്കളിൽ കണ്ണുംനട്ടുനില്ക്കുകയായിരുന്നു ഉഷ.

"പുറത്തു കാർപാർക്കിനടുത്തു വലിയ ഷോപ്പിങ് കോംപ്ലക്സുണ്ട്. അവിടെനിന്നും വാങ്ങാം." ഞാൻ ഉഷയെ പിന്തിരിപ്പിച്ചു.

പ്രധാന കവാടത്തിന്റെ മറുവശത്തുള്ള മൊണാസ്റ്ററി അഡ്മിനിസ്ട്രേറ്റീവ് ആഫീസിൽനിന്നും മുതിർന്ന ഒരു ബുദ്ധസന്ന്യാസി ഇറങ്ങിവരുന്നതുകണ്ടു. ഞാൻ അദ്ദേഹത്തിനടുത്തേക്കു നടന്നു. കൂപ്പുകൈകളോട് അദ്ദേഹം അഭിവാദ്യം ചെയ്തു.

"മൊണാസ്റ്ററിയെക്കുറിച്ചു ചില കാര്യങ്ങൾ അറിയാൻ താല്പര്യമുണ്ട്".

"യു ആർ വെൽക്കം" ഉച്ചാരണശുദ്ധിയുള്ള നല്ല ഇംഗ്ലീഷിൽ സന്ന്യാസി പറഞ്ഞു. മൊണാസ്റ്ററിയിലെ പിന്നീടുള്ള ഞങ്ങളുടെ മണിക്കൂറുകളിൽ സന്ന്യാസി ഞങ്ങൾക്കൊരു വഴികാട്ടിയും പ്രചോദനവുമായി.

വിശാലമായ തളത്തിന്റെ അങ്ങേതത്തലയ്ക്കലുള്ള ചെറിയ കവാടത്തിലൂടെ ബുദ്ധസന്ന്യാസി ഞങ്ങളെ നയിച്ചു. ഉദ്യാനത്തിനു നടുവിലെ വഴിത്താരയിലൂടെ നടന്നാൽ ബൃഹത്തായ ഒരു ക്ഷേത്രത്തിന്റെ മുന്നിലെത്താം.

"ആദ്യം സുവർണ്ണക്ഷേത്രത്തിലേക്കു പോകാം. മടങ്ങിവരും വഴിക്ക് സാങ്ദോങ് പാൽറി ക്ഷേത്രം ദർശിക്കാം." സന്ന്യാസി നിർദ്ദേശിച്ചു.

നംഡ്രോലിങ് വിഹാരത്തിലെ ഏറ്റവും മനോഹരവും പ്രധാനവുമായ ആരാധനാകേന്ദ്രമാണ് 'ഗോൾഡൻ ടെമ്പിൾ.' ക്ഷേത്രത്തിനു മുന്നിൽ 'പദ്മ സംഭവ ബുദ്ധിസ്റ്റു വിഹാര' എന്നെഴുതി വച്ചിരിക്കുന്നു.

"ഇതുതന്നെയല്ലേ സുവർണ്ണ ക്ഷേത്രം?" ഞാൻ എന്റെ സംശയം പ്രകടമാക്കി.

"1995 ൽ വിശുദ്ധ പെനോർ റിംപോച്ചെയാണ് 'പദ്മസംഭവബുദ്ധവിഹാര'ത്തിന്റെ നിർമ്മാണം ആരംഭിച്ചത്. 1999 ൽ ദലൈലാമ ഉദ്ഘാടനം നിർവ്വഹിച്ചു. ഉദ്ഘാടനത്തിന്റെ വാർത്ത മാധ്യമപ്രവർത്തകർ തങ്ങളുടെ മാധ്യമങ്ങളിൽ കൊടുത്തപ്പോൾ അതു സുവർണ്ണക്ഷേത്രമെന്നായി. ഏതായാലും പിന്നീട് വന്ന ഫീച്ചറുകളിലും സന്ദർശക പുസ്തകങ്ങളിലും കുറിപ്പുകളിലുമെല്ലാം ഈ പേര് സ്ഥാനം പിടിക്കുകയായിരുന്നു. ഇന്ന് നംഡ്രോർലിങ് വിഹാരം ഈ നാമം പരക്കെ അംഗീകരിച്ചിരിക്കുന്നു".

"ടിബറ്റൻ ബുദ്ധിസത്തിന്റെ ഒരു പ്രധാന കൈവഴിയായ 'നയിൻഗ്മാ' ധാരയുടെ മുഖ്യമായ അദ്ധ്യയനകേന്ദ്രമാണ് നംഡ്രോലിങ് മൊണാസ്റ്ററി. നയിൻഗ്മാ ധാരയിൽ പെടുന്ന ആറു ബുദ്ധവിഹാരങ്ങൾ ടിബറ്റിലുണ്ട്. അതിൽ 'പാലിയൂൽ' പാരമ്പര്യത്തിലെ 11-ാം സിംഹാസനാധിപതിയാണ് നംഡ്രോലിങ് വിഹാരത്തിന്റെ സ്ഥാപകനായ പെനോർ റിംപൊച്ചെ, അദ്ദേഹം 1961 ൽ ബൈലക്കുപ്പയിലെത്തുകയും 1963 ൽ ഈ ബുദ്ധവിഹാരം ആരംഭിക്കുകയും ചെയ്തു." ബുദ്ധസന്ന്യാസിയുടെ ചരിത്രകഥനം എനിക്കേറെ സഹായകമായി.

"തുടക്കത്തിൽ ഇവിടെ പത്തുസന്ന്യാസിമാർ മാത്രമേ ഉണ്ടായിരുന്നുള്ളൂ. പിന്നീടത് എണ്ണായിരത്തോളമായി വളർന്നു. അതിൽത്തന്നെ

നാലായിരത്തോളം പേർ ഇവിടുത്തെ സ്ഥിരതാമസക്കാരുമാണ്. ടിബറ്റ്, നേപ്പാൾ, ഭൂട്ടാൻ തുടങ്ങിയ സ്ഥലങ്ങളിൽനിന്നുള്ള സന്ന്യാസിമാരും ഹിമാചൽ പ്രദേശ്, അരുണാചൽപ്രദേശ്, ആസാം, ലഡാക്ക് തുടങ്ങിയ ഇന്ത്യൻ പ്രദേശങ്ങളിൽ നിന്നുള്ളവരുമുണ്ട്".

ഞങ്ങൾ പദ്മസംഭവബുദ്ധിസ്റ്റു വിഹാരത്തിന്റെ പടവുകൾ കയറി. ക്ഷേത്രത്തിന്റെ അകത്തളം വിസ്താരമേറിയതാണ്. അങ്ങേത്തലയ്ക്കൽ മദ്ധ്യത്ത് ശാക്യമുനിയായ ശ്രീബുദ്ധന്റെ സ്വർണ്ണവർണ്ണമാർന്ന മനോഹരമായ പ്രതിമ. വലതുഭാഗത്ത് ഗുരുപദ്മസംഭവന്റെ പ്രതിമയാണ്. ഇടതുഭാഗത്തായി അമിത്തായസ് ബുദ്ധനും.

"ബുദ്ധൻ കാലം ചെയ്ത് 12 വർഷങ്ങൾക്കുശേഷമാണ് ഗുരുപദ്മസംഭവൻ (ഗുരു റിംപോച്ചെ) ജനിക്കുന്നത്. ടിബറ്റിന്റെ 38-ാമതു രാജാവു ടിസോങ് ഡ്യൂറ്റ്സെൻ ബുദ്ധമതം പ്രചരിപ്പിക്കുന്നതിനായി ഗുരുവിനെ അവിടേക്കു ക്ഷണിച്ചു. നയിൻഗ്മാ ധാരയിൽപ്പെട്ട ബുദ്ധമതാനുയായികൾ ഗുരു റിംപോച്ചെയെ ശ്രീബുദ്ധന്റെ രണ്ടാം അവതാരമായി കണക്കാക്കുന്നു."

"അമിത്തായസ് ബുദ്ധൻ ദീർഘായുസ്സിന്റെ ദേവനാണെന്നാണ് സങ്കല്പം. അമിത്തായസ് ബുദ്ധനെ ആരാധിക്കുന്നവരുടെ ആയുസ്സു നീട്ടിക്കിട്ടുമെന്നാണ് വിശ്വാസം. മരണത്തോടടുക്കുന്നവർ ഈ ബുദ്ധന്റെ പേരുച്ചരിക്കുകയോ, മന്ത്രങ്ങൾ ഉരുവിടുകയോ, പ്രാർത്ഥനയിൽ ഓർമ്മിക്കുകയോ ചെയ്താൽ അവരുടെ ജീവിതകാലം നീട്ടിക്കിട്ടുമത്രേ."

സുവർണ്ണക്ഷേത്രത്തിന്റെ ചുവരുകൾ ചുവർചിത്രങ്ങളാൽ വർണ്ണാ

യുവസന്യാസിമാർ പ്രാർത്ഥനാ പാഠങ്ങളിൽ - സുവർണ്ണക്ഷേത്രം

ഭമാണ്. നാലു രാജാക്കന്മാരുടെ ചിത്രങ്ങളെക്കുറിച്ചു ബുദ്ധസന്ന്യാസി പ്രത്യേകം പറഞ്ഞു തന്നു. ബുദ്ധവിശ്വാസപ്രകാരം വിശ്വകേന്ദ്രത്തിലുള്ള ബൃഹത്പർവ്വതമാണ് മേരു. മേരുശൈലത്തിന്റെ നാലുവശങ്ങൾ കാക്കുന്നവരാണ് ധൃതരാഷ്ട്ര, വിരുദ്ധക, വിരൂപാക്ഷ. വൈശ്രവണ എന്നീ രാജാക്കന്മാർ. ധർമ്മത്തിന്റെ രക്ഷകരാണ് ദിക്കുകളുടെ ഈ രാജാക്കന്മാർ.

"ബുദ്ധപ്രതിമകൾക്കിരുവശങ്ങളിലുമുള്ള ചുവർച്ചിത്രങ്ങൾ ഗുരുപദ്മസംഭവന്റെ 25 ശിഷ്യന്മാരെ അടയാളപ്പെടുത്തുന്നു. രണ്ടാം നിലയുടെ ചുവരുകളിലെ ചിത്രങ്ങൾ ശ്രീബുദ്ധന്റെ ജീവിതകഥ ആലേഖനം ചെയ്യുന്നതാണ്. കൂടാതെ 'നയിൻഗ്മാ'പാരമ്പര്യത്തിലെ സിംഹാസനാധിപതികളുടെയും മറ്റു ദേവതമാരുടെയും ചിത്രങ്ങളുമുണ്ട്. താന്ത്രിക് ബുദ്ധിസത്തിൽനിന്നും പ്രചോദനമുൾക്കൊണ്ടവയാണ് ഈ ചുവർ ചിത്രങ്ങളൊക്കെതന്നെ."

ബുദ്ധപ്രതിമകൾക്കു മുന്നിലുള്ള അലങ്കരിച്ച വിശാലമായ ഹാളിൽ മന്ത്രോച്ചാരണത്തിൽ ഏർപ്പെട്ടിരിക്കുന്ന ആയിരത്തിലേറെ യുവസന്ന്യാസിമാർ. നിലത്ത് ചമ്രം പടിഞ്ഞിരിക്കുന്ന അവരുടെ മുന്നിലെ ചെറിയ ഡെസ്കിൽ പ്രാർത്ഥനാപുസ്തകങ്ങൾ തുറന്നുവച്ചിരിക്കുന്നു. മാറൂൺ -ഓറഞ്ചു വസ്ത്രങ്ങളുടെ കടൽ. ഗുരുവിന്റെ കണ്ഠങ്ങളിൽ നിന്നുമുയരുന്ന മന്ത്രങ്ങൾ പുസ്തകം നോക്കി അവർ ഏറ്റു പറയുന്നു. മന്ത്രോച്ചാരണത്തിന്റെ ഈണങ്ങളിൽ മുഴുകി സന്ദർശകരായ നമ്മളും പ്രാർത്ഥനാനിരതരാകും. ശാക്യമുനിയുടെ നയനങ്ങളിൽനിന്നും പ്രസരിക്കുന്ന അലൗകികമായ രശ്മികൾ അവിടമാകെ പ്രഭ പരത്തുന്നു. ശാന്തിയുടെ തീരത്തേക്ക് നാം നടന്നടുക്കുന്നു. ശാക്യമുനി ബുദ്ധന്റെയും മറ്റു ബുദ്ധന്മാരുടെയും മാന്ത്രിക സാന്നിദ്ധ്യത്തിൽ സ്വന്തം ശരീരം മറന്നവരായി ഞങ്ങൾ നിന്നു. ജീവിതത്തിലൊരിക്കലും അനുഭവിക്കാത്ത പ്രശാന്തിയുടെ ഉൾക്കടലുകളിൽ മനസ്സു വിലയം പ്രാപിക്കുന്നു.

ധ്യാനപൂർണ്ണമായ നിമിഷപ്പക്ഷികളുടെ ചിറകേറി എവിടേക്കോ പറന്നകന്ന ഞങ്ങൾ എപ്പോഴാണ് ഭൂമിയിൽ പാദങ്ങളൂന്നിയത്?

അപ്പോഴും ആയിരത്തിലേറെ കണ്ഠങ്ങളിൽനിന്നും ഉതിരുന്ന ബുദ്ധമന്ത്രങ്ങൾ സുവർണ്ണക്ഷേത്രത്തിന്റെ ശരറാന്തലുകളിൽ തട്ടി പ്രതിദ്ധ്വനിക്കുന്നുണ്ടായിരുന്നു.

പ്രാർത്ഥനയുടെ ബുദ്ധചക്രങ്ങൾ

സുവർണ്ണക്ഷേത്രത്തിന്റെ ബുദ്ധശാന്തിയിൽനിന്നും വിശുദ്ധമായ ഹൃദയങ്ങളോടെ ഞങ്ങൾ പുറത്തിറങ്ങി. തൊട്ടടുത്തു തന്നെയുള്ള 'സാങ്ദോങ് പാൽറി' ക്ഷേത്രത്തിലേക്ക് ഞങ്ങളെ കൂട്ടിക്കൊണ്ടുപോകുവാൻ ബുദ്ധസന്ന്യാസി കാത്തുനില്ക്കുന്നുണ്ടായിരുന്നു.

സുവർണ്ണക്ഷേത്രത്തിന്റെ എതിർഭാഗത്താണ് പാൽറിക്ഷേത്രം. 'ചെമ്പുനിറമാർന്ന ശൈലക്ഷേത്ര'മെന്നാണ് ഇതറിയപ്പെടുന്നത്. ഈ ക്ഷേത്രത്തിന്റെയും സ്ഥാപകൻ വിശുദ്ധ പെനോർ റിംപോച്ചെ തന്നെ. 2002 ൽ ആരംഭിച്ച ക്ഷേത്രനിർമ്മിതി 2004 ൽ പൂർത്തിയാക്കി. വെള്ള, നീല, ചുവപ്പ്, പച്ചനിറങ്ങളിലുള്ള നാലുമതിലുകൾ യഥാക്രമം ക്ഷേത്രത്തിന്റെ കിഴക്ക്, തെക്ക്, പടിഞ്ഞാറ്, വടക്ക് എന്നീ ദിക്കുകളിൽ കാണാം. ആകെ നാലുനിലകളാണ് ക്ഷേത്രത്തിന്. ഓരോ നിലയും സമചതുരാകൃതിയിലാണ്. നിലകളുടെ ആകൃതിയും പ്രകൃതിയും വാതിലുകളുമൊക്കെ താന്ത്രിക് വിധിപ്രകാരമാണ്. താഴത്തെ നിലയിൽ ഏഴുപ്രതിമകളുണ്ട്. പ്രതിമകളെപ്പറ്റി ബുദ്ധസന്ന്യാസി വാചാലനായി.

"അമിതാവ ബുദ്ധൻ, അവലോകിതേശ്വരൻ, ഗുരുപദ്മസംഭവൻ, ശാക്യമുനി ബുദ്ധൻ, അമിത്തായസ് ബുദ്ധൻ, വജ്രസത്വൻ, മഞ്ജുശ്രീ എന്നിവരുടേതാണീ ശില്പങ്ങൾ. ഗുരുപദ്മസംഭവന്റെയും അദ്ദേഹത്തിന്റെ ആത്മീയസഹയാത്രിക ദാക്കിനി യെഷെ സോജ്യാൽ എന്നിവരുടെയും ജീവചരിത്രങ്ങളാണ് ചുവർച്ചിത്രങ്ങളിൽ ആലേഖനം ചെയ്തിരിക്കുന്നത്".

സാങ്ദോങ് പാൽറി ക്ഷേത്രത്തിന്റെ ഓരോ നിലകളിലെയും പ്രതിമകളും ചുവർ ചിത്രങ്ങളും കണ്ടിറങ്ങുവാൻ ഏറെ സമയം വേണ്ടിവന്നു. ഓരോ ശില്പങ്ങളെപ്പറ്റിയും ചുവർച്ചിത്രസന്ദർഭങ്ങളെപ്പറ്റിയും ബുദ്ധസന്ന്യാസി വ്യക്തമായി പറഞ്ഞുതന്നു.

സാങ്ദോങ് പാൽറി ക്ഷേത്രം

നംദ്രോലിങ് ബുദ്ധവിഹാരത്തിലെ മറ്റു രണ്ടു പ്രധാനക്ഷേത്രങ്ങളാണ് വജ്രകിലായ ക്ഷേത്രവും, താരാക്ഷേത്രവും. ടിബറ്റൻ വാസ്തുശില്പകലയുടെ മകുടോദാഹരണങ്ങളാണിവ.

ബുദ്ധവിഹാരത്തിലെ ഏറ്റവും മനോഹരമായ കാഴ്ചയാണ് ഉദ്യാനമദ്ധ്യത്തിലെ സ്തൂപങ്ങൾ. നംദ്രോലിങ് വിഹാരത്തിന്റെ വടക്കുഭാഗത്താണ് സ്തൂപങ്ങളുടെ നീണ്ടനിര. വെള്ള നിറത്തിൽ സ്വർണ്ണമകുടങ്ങളോടുകൂടിയ സ്തൂപങ്ങൾക്കുള്ളിൽ നിർവ്വാണം പ്രാപിച്ച ശ്രേഷ്ഠരായ ബുദ്ധസന്ന്യാസിമാരുടെ ഭൗതികാവശിഷ്ടങ്ങളും, ലിഖിതങ്ങളും, പ്രതിമകളുമാണ് സൂക്ഷിച്ചിരിക്കുന്നത്. ബുദ്ധന്റെ ശരീരത്തെയും, വചനത്തെയും, മനസ്സിനെയുമാണ് ഈ സ്തൂപങ്ങൾ പ്രതിനിധീകരിക്കുന്നത് എന്നത്രേ വിശ്വാസം. ബുദ്ധമതാനുഷ്ഠാനങ്ങളിൽ സ്തൂപനിർമ്മിതിയുടെ പ്രാധാന്യം വ്യക്തമാക്കുന്നതാണ് ഈ വിശ്വാസദീപ്തി.

"സ്തൂപങ്ങൾ കാണുന്ന ഒരാൾക്ക് ബുദ്ധന്റെ മഹത്തായ ദർശനങ്ങളെയും കർമ്മങ്ങളെയും കുറിച്ചുള്ള ഓർമ്മകളാണുണ്ടാവുക. സ്വാഭിമാനവും ആത്മവിശ്വാസവുമാർജ്ജിക്കുവാൻ ഈ കാഴ്ച ഏറെ ഉപകരിക്കും." ബുദ്ധസന്ന്യാസി കൂട്ടിച്ചേർത്തു.

വിശുദ്ധ പെനോർ റിംപോച്ചെ 1982 ലാണ് ആദ്യത്തെ സ്തൂപം നിർമ്മിച്ചത്. ടെർടൺ മിഗ്യൂർ ദോർജെ എന്ന മഹാനായ ആചാര്യന്റെ ഭൗതികാവശിഷ്ടമാണ് ഇതിൽ സൂക്ഷിച്ചിരിക്കുന്നത്. 1993 ൽ 8 സ്തൂപങ്ങൾ കൂടി നിർമ്മിച്ചു. അവസാനത്തെ എട്ടു സ്തൂപങ്ങൾ 2000 ലാണ് കൂട്ടിച്ചേർത്തത്. ബുദ്ധകാലത്തിന്റെ വിസ്മയങ്ങളിലൊന്നാണ് എട്ടിന്റെ

കൂട്ടമായി സ്തൂപങ്ങൾ നിർമ്മിക്കുന്ന രീതി. ബുദ്ധമതാനുയായികൾ ആദ്യമായി ലുംബിനി (നേപ്പാൾ), ബോധ്ഗയ, സാരനാഥ്, ശ്രാവസ്തി, വൈശാലി (2), രാജ്ഗൃഹ, കുശിനഗർ എന്നിവിടങ്ങളിലാണ് ശ്രീബുദ്ധന്റെ ഓരോ ജീവിതഘട്ടങ്ങളെയും പ്രതിനിധീകരിച്ച് സ്തൂപങ്ങൾ നിർമ്മിച്ചത്. നംഡ്രോലിങ് ബുദ്ധവിഹാരത്തിലെ സ്തൂപങ്ങളും ഈ എട്ടിടങ്ങളുടെ സ്മരണകൾ ഉണർത്തും വിധമാണ് നിർമ്മിച്ചിരിക്കുന്നത്.

ബുദ്ധക്ഷേത്രങ്ങളിലും, ബുദ്ധവിഹാരങ്ങളിലും എന്നെ ഏറ്റവുമധികം ആകർഷിച്ചിട്ടുള്ളത് അവിടങ്ങളിലെ പ്രാർത്ഥനാ ചക്രങ്ങളാണ്. അവയ്ക്ക് സവിശേഷത ഏറെയുണ്ട്. പ്രാർത്ഥനകൾ നമ്മുടെ മനസ്സുതന്നെയാണ്. അവയിൽ അർപ്പണത്തിന്റെ വിശുദ്ധിയും പ്രതീക്ഷയുടെ ആകാശങ്ങളുമുണ്ട്. കന്മഷങ്ങളൊഴിഞ്ഞ മനസ്സോടെ പ്രാർത്ഥനാചക്രങ്ങൾ തിരിച്ചാൽ ജീവിതത്തിനു ശാന്തിയും സർവ്വൈശ്വര്യങ്ങളും കൈവരുമെന്നാണ് വിശ്വാസം. ഈ അനുഷ്ഠാനത്തിന്റെ ചാരുത ഒന്നു വേറെ തന്നെ. വലുതും ചെറുതുമായ എത്രയോ പ്രാർത്ഥനാചക്രങ്ങൾ ബുദ്ധപഥങ്ങളിൽ ഞാൻ തിരിച്ചിട്ടുണ്ട്. എത്രയെത്ര പ്രാർത്ഥനകളുടെ നിയതമായ വൃത്തങ്ങൾ!

പ്രധാന കവാടത്തിനു തെക്കുഭാഗത്തായി തുടങ്ങുന്ന വഴി നംഡ്രോലിങ് വിഹാരത്തെ ചുറ്റിപ്പോകുന്നു. ഈ വഴിക്കരികിലായി 1300 ചെറിയ പ്രാർത്ഥനാചക്രങ്ങളും, 19 വലിയ ചക്രങ്ങളുമുണ്ട്. പ്രാർത്ഥനാചക്രങ്ങളുടെ സമുദ്രമെന്നു വിശേഷിപ്പിക്കാവുന്ന ഒന്ന്. അവയ്ക്കുള്ളിലെ മന്ത്രങ്ങളെയും 'ധരണി'കളെയും സ്പർശിച്ചാണ് നമ്മൾ ചക്രം തിരിക്കുന്നത്. പ്രശാന്തമായ മനസ്സിനെ സനാതനമായ ആനന്ദത്തിലേക്കു നയിക്കുന്നവയാണ് ഈ പ്രാർത്ഥനാചക്രങ്ങൾ!

നംഡ്രോലിങ് വിഹാരത്തിലെ കാഴ്ചയുടെ വസന്തത്തിൽനിന്നും പുറത്തിറങ്ങിയപ്പോൾ ഉച്ചസൂര്യൻ കുടപിടിക്കുകയായിരുന്നു. കവാടത്തിൽവച്ച് ബുദ്ധസന്ന്യാസിയോടു ഞങ്ങൾ യാത്ര പറഞ്ഞു.

കാർ പാർക്കിനടുത്തുതന്നെയാണ് ടിബറ്റൻ കരകൗശലവസ്തുക്കൾ വില്ക്കുന്ന കടകളുടെ നീണ്ടനിര. ചെമ്പിലും ഇരുമ്പിലും തടിയിലും തീർത്ത മനോഹരവസ്തുക്കൾ. എല്ലാത്തിനും ഒരു ബുദ്ധപരിവേഷം! വീടുകളിൽ തൂക്കിയിടാവുന്ന എത്രയോ തരത്തിലുള്ള മണികൾ! ഒറ്റയ്ക്കുള്ളവയും കുടമണികളുമുണ്ട്. അവയിൽ പലതും കാറ്റിന്റെ തലോടലിൽ സംഗീതമുതിർക്കുന്നവയാണ്. ഞങ്ങൾ കുറേ മണികൾ വാങ്ങിക്കൂട്ടി.

നംഡ്രോലിങ് വിഹാരത്തിനു പുറത്തുള്ള വിശാലമായ പ്രദേശം മുഴുവൻ ടിബറ്റൻ പുനരധിവാസകോളനികളാണ്. കോളനികളുടെ മദ്ധ്യേയുള്ള നിരത്തിലൂടെ ഞങ്ങൾ മടക്കയാത്രയ്ക്കൊരുങ്ങി. ഈ പാതയിലൂടെ ഒരു കിലോമീറ്റർ പോയാൽ സ്ത്രീകൾക്കുവേണ്ടിയുള്ള 'സോഗ്യാൽ ഷെഡ്രബ് ഡാർജിലിങ്' വിഹാരമായി. ധാരാളം ബുദ്ധസന്ന്യാസിനിമാർ ഇവിടെ താമസിച്ച് ബുദ്ധജ്ഞാനം തേടുന്നു. ബുദ്ധ

കാലത്തു തന്നെ സ്ത്രീകൾക്കും പുരുഷന്മാർക്കും ധർമ്മനീതികളെപ്പറ്റിയും അനുഷ്ഠാനങ്ങളെപ്പറ്റിയും പഠിക്കുവാനും മനനം ചെയ്യുവാനും തുല്യവസരങ്ങളാണ് ശ്രീബുദ്ധൻ പ്രദാനം ചെയ്തത്. ഒരുപക്ഷേ, ചരിത്രത്തിൽ അങ്ങനെ ചിന്തിച്ച ആദ്യത്തെ ആത്മീയാചാര്യനായിരുന്നിരിക്കണം ശ്രീബുദ്ധൻ!

1993 ലാണ് വനിതകൾക്കായുള്ള ഈ വിഹാരം ആരംഭിച്ചത്. നംദ്രോലിങ് വിഹാരത്തിലെ അതേ പഠനസമ്പ്രദായങ്ങളും ധ്യാനമുറകളുമാണ് ഇവിടെയും അനുവർത്തിക്കുന്നത്.

ബൈലക്കുപ്പ പുനരധിവാസകേന്ദ്രത്തിലെ അഭയാർത്ഥികളുടെ പ്രധാന തൊഴിൽ കൃഷിയാണ്. പാതയുടെ ഇരുവശങ്ങളിലുമുള്ള ഫലഭൂയിഷ്ഠമായ കൃഷിയിടങ്ങളിൽ പണിയെടുക്കുന്ന കർഷകരെ ധാരാളമായി കാണാം. മഴപെയ്ത ദിവസങ്ങളായതിനാൽ കറുത്ത മണ്ണു നനഞ്ഞുകിടക്കുന്നു. പാതയ്ക്കരുകിൽ ഞാൻ വണ്ടി നിർത്തി. കൃഷിപ്പണിയിലേർപ്പെട്ടിരിക്കുന്ന ഒരു വൃദ്ധകർഷകന്റെ അരികിലേക്ക് ഞാൻ നടന്നു. അയാൾ മണ്ണിൽ ഏതോ വിത്തിറക്കുകയാണ്. വിയറ്റ്നാമിലെ ഏതോ പാടത്തുനിന്നും കയറിവരുന്ന ഒരു കർഷകനെ അനുസ്മരിപ്പിച്ചു അയാൾ.

ഞാൻ എന്തൊക്കെയോ വൃദ്ധനോടു ചോദിച്ചു. അയാളും എന്തൊക്കെയോ പറഞ്ഞു. ഞങ്ങൾക്കു രണ്ടുപേർക്കും ഒന്നു മനസ്സിലായില്ലെങ്കിലും ഒരു സഞ്ചാരിയുടെയും കർഷകന്റെയും മനസ്സുകൾ ഒന്നുചേർന്ന നിമിഷം! അയാളുടെ കണ്ണുകളിൽ ഒരു യുഗത്തിന്റെ സ്നേഹം മുഴുവൻ തുളുമ്പുന്നതു ഞാനറിഞ്ഞു.

ബൈലക്കുപ്പയിലെ ടിബറ്റൻ ചന്തയും കച്ചവടത്തെരുവുകളും കടന്ന് ഞങ്ങൾ വീണ്ടും മൈസൂർ റോഡിലെത്തി. ഇനി ഈ റോഡിലൂടെ സഞ്ചരിച്ച് ഗോണിക്കൊപ്പലിലെത്തണം. അവിടെനിന്നാണ് തിരിയേണ്ടതെന്ന് ചന്ദ്രമോഹനൻ പറഞ്ഞിരുന്നു. പിന്നീട് കാട്ടിലൂടെയുള്ള യാത്രയ്ക്കൊടുവിൽ കർണ്ണാടക - കേരള അതിർത്തിയിലുള്ള 'കുട്ട' എന്ന സ്ഥലത്തെത്താം. കുട്ടയിൽനിന്നും മാനന്തവാടിയിലേക്കു നീളുന്ന പാത. കാട്ടുപാതയിൽ ഇടയ്ക്കുവച്ചു തിരിഞ്ഞാൽ തിരുനെല്ലിക്കാടുകളായി. ബ്രഹ്മഗിരിയുടെ താഴ്വരയും പാപനാശിനിയും ഒരു അർദ്ധദിനത്തിന്റെ ദൂരത്തിനപ്പുറത്തുനിന്നും ഞങ്ങളെ വിളിക്കുന്നുണ്ടായിരുന്നു.

ബ്രഹ്മഗിരിയുടെ താഴ്‌വരയിൽ

ഉച്ചയൂണ് കഴിഞ്ഞ് കർണ്ണാടക സംസ്ഥാനത്തിന്റെ അതിർത്തിയിലുള്ള 'കുട്ട'യിൽനിന്നും തോൽപ്പെട്ടി വഴി തിരുനെല്ലിയിലേക്കു നീളുന്ന കാട്ടുപാതയിലൂടെ അപരാഹ്ന വെയിലിൽ കാറോടിക്കുമ്പോൾ ഒട്ടും ക്ഷീണം തോന്നിയില്ല. രാവിലെ ബൈലക്കുപ്പയിൽനിന്നും തുടങ്ങിയ ഡ്രൈവിങ് വാസ്തവത്തിൽ ഊർജ്ജം മുഴുവൻ ഊറ്റിയെടുക്കേണ്ടതാണ്. ഗോണിക്കൊപ്പൽ കഴിഞ്ഞ് യാത്ര മിക്കവാറും കാട്ടിലൂടെ തന്നെയായിരുന്നു. തലക്കാവേരി മുതൽ തിരുനെല്ലിവരെ വ്യാപിച്ചു കിടക്കുന്ന ബ്രഹ്മഗിരി മലനിരകളുടെ നിഴൽപറ്റിയുള്ള യാത്രയ്ക്ക് കാടുമാത്രമായിരുന്നു തുണ.

ആരണ്യകങ്ങൾ സഞ്ചാരിക്ക് എന്നും സാന്ത്വനമാണ്. കുട പിടിക്കുന്ന മരങ്ങൾ ഇലച്ചാർത്തിലൂടെ അവനെ തലോടുന്നു. അവന്റെ പ്രാണവായുവിൽ ആദിമശക്തി പകരുന്നു. വനനിഗൂഢതകളിലൂടെ മധുരം ഗായതി പാടുന്ന പകൽപ്പക്ഷികളോടൊപ്പം പ്രപഞ്ച രഹസ്യങ്ങളിലേക്കു മിഴിതുറക്കുന്ന യാത്ര! കാട്ടിലൂടെയുള്ള ഓരോ യാത്രയും കലവറയില്ലാത്ത കാരുണ്യത്തിന്റെയും ആർദ്രതയുടെയുമാണ്. തിരുനെല്ലിക്കാടുകളിലേക്ക് കടക്കുമ്പോഴാകട്ടെ കാരുണ്യസ്പർശം പതിന്മടങ്ങായി അനുഭവപ്പെടുന്നു,

തിരുനെല്ലിയിലേക്കുള്ള മുൻകാലയാത്രകളൊക്കെയും ഞാനോർമ്മിച്ചെടുക്കാൻ ശ്രമിച്ചു. പി വത്സലയുടെ *നെല്ല്* എന്ന നോവലാകാം തിരുനെല്ലിയെയും പാപനാശിനിയെയുമൊക്കെ ആദ്യമായി എനിക്കു പരിചയപ്പെടുത്തിയത്. പാപനാശിനി തേടിയുള്ള ഓരോ യാത്രയും എന്നിൽ അമൃത വർഷമായി ഇപ്പോൾ നിറയുന്നു. ബ്രഹ്മഗിരിയുടെ പാറക്കെട്ടുകളിലെങ്ങോ തകർന്നടിഞ്ഞ ഒരു വിപ്ലവത്തിന്റെ ശേഷിപ്പും തിരുനെല്ലിയെക്കുറിച്ചുള്ള ഓർമ്മകളിൽ തികട്ടി വരാറുണ്ടെന്നത് ഒരു സ്വകാര്യദുഃഖം.

തിരുനെല്ലി ക്ഷേത്രം. പിന്നിൽ ബ്രഹ്മഗിരി

പണ്ടൊക്കെ ക്ഷേത്രത്തിലെത്താൻ കുത്തനെയുള്ള കയറ്റം കയറണമായിരുന്നു. ഇന്നും പാത കുത്തനെയെങ്കിലും കോൺക്രീറ്റിട്ട് വെടിപ്പാക്കിയിരിക്കുന്നു. ക്ഷേത്രപ്പടവുകൾക്കു താഴെവരെ കാറിലുമെത്താം. തിരുനെല്ലി ദേവസ്വം വക 'പഞ്ചതീർത്ഥ' വിശ്രമകേന്ദ്രത്തിൽ താമസിച്ച് ക്ഷേത്രസന്ദർശനം നടത്തുകയുമാവാം. തിരുനെല്ലിയിലെ വിഷ്ണുക്ഷേത്രവും വനസ്ഥലിയിലൂടെ ഒഴുകുന്ന പാപനാശിനിയും ആത്മീയതയുടെയും ശാന്തിയുടെയും അനുപമമായ സാന്നിദ്ധ്യങ്ങളാകയാലാകാം ആരും ബ്രഹ്മഗിരിയുടെ ഈ താഴ്‌വരയെ സ്നേഹിച്ചുപോകുന്നത്. വീണ്ടും വീണ്ടും തിരുനെല്ലിയിലേക്കു നമ്മെ വിളിക്കുന്ന മാന്ത്രികശക്തിയുടെ പൊരുൾ ഇവിടാകെ നിറഞ്ഞു നില്ക്കുംപോലെ. ഇവിടെ എല്ലാം ബ്രഹ്മകല്പിതം. എന്റെ ഓരോ തിരുനെല്ലിയാത്രയും പൂർവ്വനിശ്ചിതമാകാം.

ഇവിടത്തെ ക്ഷേത്രോല്പത്തിയെക്കുറിച്ച് ധാരാളം ഐതിഹ്യങ്ങൾ നിലവിലുണ്ട്. ബ്രഹ്മഗിരിയുടെ സാമീപ്യം സ്വാഭാവികമായും സൃഷ്ടികർത്താവായ ബ്രഹ്മദേവനുമായി ബന്ധപ്പെട്ട ഐതിഹ്യത്തിന് കൂടുതൽ സാദ്ധ്യത പകരുന്നു. പ്രപഞ്ചസൃഷ്ടിക്കുശേഷം ബ്രഹ്മാവ് താൻ സൃഷ്ടിച്ച ലോകങ്ങൾ കാണുവാനുള്ള ആഗ്രഹത്തോടെ ഹംസത്തിലേറി ലോകസഞ്ചാരം നടത്തുകയായിരുന്നു. ഇവിടെയെത്തിയ ബ്രഹ്മാവിനെ ഇന്നു ബ്രഹ്മഗിരിയെന്നു വിളിക്കുന്ന കുന്നുകളുടെയും കാടുകളുടെയും മനോഹാരിത ഏറെ ആകർഷിച്ചു. യാത്ര മുടക്കി ബ്രഹ്മാവ് ഇവിടെയിരുന്ന് വിഷ്ണുദർശനത്തിനായി തപസ്സ് ചെയ്തു. ഏറെക്കാലത്തിനു

ശേഷം അവിടെയുണ്ടായിരുന്ന ഒരു നെല്ലിമരത്തിനടുത്തായി ഭഗവാൻ പ്രത്യക്ഷപ്പെട്ടു. ത്രിമൂർത്തികളുടെയും സാമിപ്യം ഇവിടെയുള്ളതിനാൽ ഇവിടം പുണ്യഭൂമിയായി തീർന്നിരിക്കുന്നുവെന്നും ഇവിടത്തെ അരുവിയിൽ കുളിച്ച് തന്നെ ഭജിക്കുന്നവർ സകല ദുരിതങ്ങളിൽനിന്നും മുക്തി നേടുമെന്നും ഈ തീർത്ഥക്കരയിലെ യാഗശിലയിൽ പിതൃക്കൾക്കായി പിണ്ഡം അർപ്പിച്ചാൽ അവർ മോക്ഷം പ്രാപിക്കുമെന്നും ഭഗവാൻ അരുളിച്ചെയ്തശേഷം മറഞ്ഞുവത്രേ. മഹാവിഷ്ണു അപ്രത്യക്ഷനായ സ്ഥലത്തുനിന്നും ലഭിച്ച വിഗ്രഹം ബ്രഹ്മാവ് ഇവിടെ പ്രതിഷ്ഠിച്ചുഎന്നും അങ്ങനെയാണ് തിരുനെല്ലി ക്ഷേത്രത്തിന്റെ ഉല്പത്തിയുമെന്നാണ് ഐതിഹ്യം.

ബ്രഹ്മാവിനു ഭഗവൽ ദർശനം ലഭിച്ചത് നെല്ലിമരത്തിന് അരികിലായതിനാൽ സ്ഥലത്തിന് തിരുനെല്ലി എന്ന പേരുണ്ടാകുകയും, ബ്രഹ്മാവ് തപസ്സു ചെയ്ത മലയായതിനാൽ തലക്കാവേരി വരെ നീളുന്ന ഈ മലനിരയ്ക്ക് ബ്രഹ്മഗിരി എന്ന പേരുലഭിക്കുകയും ചെയ്തുവത്രേ.

തെക്കൻകാശി എന്നാണ് തിരുനെല്ലി അറിയപ്പെടുന്നത്. അയ്യായിരത്തോളം വർഷത്തെ പഴക്കം ക്ഷേത്രത്തിനവകാശപ്പെടാമെന്ന് പുരാരേഖകൾ സൂചിപ്പിക്കുന്നു. തിരുനെല്ലി ശാസനങ്ങൾ (10, 11 നൂറ്റാണ്ട്), ഉണ്ണിയച്ചീചരിതം (14, 15 നൂറ്റാണ്ട്) എന്നിവയിൽ തിരുനെല്ലി ക്ഷേത്രത്തെക്കുറിച്ച് പരാമർശമുണ്ട്. പതിനാറാം നൂറ്റാണ്ടുവരെ തിരുനെല്ലി കേരളത്തിലെ സമ്പൽ സമൃദ്ധമായ ഒരു പട്ടണമായിരുന്നുവത്രേ. ചേരരാജാവായ ഭാസ്കര രവിവർമ്മയുടെ കാലത്ത് തിരുനെല്ലി തെക്കൻ ഭാരതത്തിലെ പ്രമുഖ പട്ടണവും, വിഷ്ണുക്ഷേത്രം പ്രമുഖ തീർത്ഥാടനകേന്ദ്രവുമായിരുന്നു എന്നതിന് ചരിത്ര സാക്ഷ്യങ്ങളുണ്ട്.

ടിപ്പുവിന്റെ പടയോട്ടക്കാലത്ത് തിരുനെല്ലി ക്ഷേത്രം കൊള്ളയടിക്കപ്പെടുകയും അത് അഗ്നിക്കിരയാക്കപ്പെടുകയും ചെയ്തു. ധാരാളം പേരെ പടയാളികൾ വധിക്കുകയും ചെയ്തു. അവശേഷിച്ച നാട്ടുകാരുടെ സഹായത്തോടെ ക്ഷേത്രം പുനർനിർമ്മിക്കപ്പെട്ടു. ശ്രീകോവിൽ ആദ്യം വൈക്കോൽകൊണ്ടു മേയുകയും പിന്നീട് ചെമ്പുപൊതിയുകയും ചെയ്തു. ഈസ്റ്റിന്ത്യാ കമ്പനിയും ക്ഷേത്രത്തോടും തിരുനെല്ലിയോടും ചെയ്ത ദ്രോഹങ്ങൾക്കു കണക്കില്ല. ഇന്നു കാണുന്ന ക്ഷേത്രം പില്ക്കാലത്തെപ്പോഴോ ഇന്നത്തെ നിലയിലാക്കിയതായിരിക്കണം.

തിരുനെല്ലി ക്ഷേത്രം ഇന്നും പൗരാണികത കാത്തുസൂക്ഷിക്കുന്നു. കോൺക്രീറ്റ് കമാനങ്ങളും, ശ്രീകോവിലുകളും ഹൈടെക് സംവിധാനങ്ങളുമായി ആരാധനാലയങ്ങൾ അരോചകമാക്കുന്ന ആധുനിക കാലത്ത് പ്രാക്തനമായ ധ്യാനശുദ്ധി ഈ ക്ഷേത്രം പകരുന്നു. ചെമ്പുമേഞ്ഞ ശ്രീകോവിലിൽ തിരുനെല്ലി പെരുനാൾ ഭക്തജനങ്ങൾക്കു സായൂജ്യമായി വാണരുളുന്നു. ശ്രീകോവിലിനുചുറ്റും വിശാലമായ പ്രദക്ഷിണ വഴികൾ. ക്ഷേത്രത്തിനു പുറത്തുനിന്നാൽ അല്പം പോലും ഗാംഭീര്യം അവകാശപ്പെടാനില്ലാത്ത ചുറ്റമ്പലവും കല്ലുപാകിയ നടവഴികളും. കിഴക്കേനടയിൽ ഇരുവശത്തുമായി കടഞ്ഞെടുത്ത കരിങ്കൽത്തൂണുകളിൽ

കാലവും ചരിത്രവും ഐതിഹ്യങ്ങളും ഉറഞ്ഞു കിടക്കുന്ന മണ്ഡപത്തിന്റെ പ്രാചീന സൗന്ദര്യം.

തിരുനെല്ലി ക്ഷേത്രത്തിന്റെ വടക്കേ മുറ്റത്തെ കരിങ്കൽപാത്തി എനിക്കെന്നും ഒരത്ഭുതമായിരുന്നു. ക്ഷേത്ര പരിസരത്ത് കിണർ ഇല്ല. ക്ഷേത്രാവശ്യത്തിനുള്ള വെള്ളം ആദ്യകാലത്ത് പാപനാശിനിയിൽ നിന്നും ചുമന്നുകൊണ്ടുവരികയായിരുന്നു. ഒരിക്കൽ ചിറയ്ക്കൽ രാജാവിന്റെ പത്നി വാരിക്കരത്തമ്പുരാട്ടി ക്ഷേത്ര ദർശനത്തിനെത്തിയപ്പോൾ ക്ഷേത്രത്തിലെ ജലക്ഷാമം നേരിട്ടു മനസ്സിലാക്കി. ഉടൻ തന്നെ പരിചാരകരോട് ജലക്ഷാമത്തിന് പരിഹാരം കാണണമെന്ന് നിർദ്ദേശിച്ചതിൻ പ്രകാരം അവർ കാട്ടുമൂപ്പന്മാരുടെ സഹായത്തോടെ കാട്ടുനടപ്പനുസരിച്ച് മുളകൾ കീറി പാത്തികളാക്കി കൂട്ടിയോജിപ്പിച്ച് മലമുകളിലെ കാട്ടുചോലയിൽനിന്നും താല്ക്കാലികമായി ജലമെത്തിച്ചു. മടങ്ങിയെത്തിയ റാണി രാജാവിനെ വിവരം ധരിപ്പിക്കുകയും രാജാവ് ശില്പികളെയും തൊഴിലാളികളെയും അയച്ച് കരിങ്കല്ലുകൾ കൊണ്ട് പുതിയ സംവിധാനമുണ്ടാക്കാൻ നിർദ്ദേശിക്കുകയും ചെയ്തു. അവർ കരിങ്കല്ലുകൾ കീറി പാത്തികളാക്കി അവയെ കൂട്ടിയോജിപ്പിച്ച് ജലമൊഴുക്കിക്കൊണ്ടുവരാനുള്ള മാർഗ്ഗമൊരുക്കി. മലമുകളിലെ നീർച്ചാലിൽനിന്ന് കടഞ്ഞെടുത്ത കൽത്തൂണുകളിലൂടെ ജലം ക്ഷേത്രപരിസരത്തെത്തി. ഇന്നും ക്ഷേത്രത്തിലെ ജലസ്രോതസ്സ് ഇതു തന്നെ. ബലിസാധനങ്ങൾ കൊടുക്കുന്ന കൗണ്ടറിനരികിലായി കരിങ്കൽപ്പാത്തിയിൽനിന്നും ജലം ടാങ്കിൽ ഒഴുകി നിറയുന്നു. ആധുനിക പൈപ്പ് സംവിധാനങ്ങളുടെ ധാരാളിത്തത്തിലും തിരുനെല്ലിയിലെ ഈ ജലവാഹിനി പൗരാണികതയുടെ ഉണർത്തുപാട്ടായി നമ്മെ വിസ്മയിപ്പിക്കുന്നു.

ക്ഷേത്രത്തിന്റെ പടിഞ്ഞാറുവശത്തുനിന്നും താഴോട്ടുള്ള പടവുകൾ

കാലം ഉറഞ്ഞു കിടക്കുന്ന കൽമണ്ഡപങ്ങൾ

'പഞ്ചതീർത്ഥ'ത്തിലേക്കും പാപനാശിനിയിലേക്കും നമ്മെ നയിക്കുന്നു. 'പഞ്ചതീർത്ഥം' ക്ഷേത്രക്കുളമാണ്. ബ്രഹ്മഗിരിയിൽനിന്നും അഞ്ച് ഉറവകളിലൂടെ ഒഴുകിയെത്തുന്ന ജലം ഒന്നു ചേർന്നാണ് പഞ്ചതീർത്ഥം ഉണ്ടായിരിക്കുന്നത്. കല്പാത്തികളിലൂടെയായിരുന്നു ഈ അഞ്ചു തീർത്ഥങ്ങളും ഒഴുകിയെത്തിയിരുന്നത്. ഇന്ന് ഒരു കല്പാത്തി മാത്രമേ കാണാനുള്ളൂ. ശംഖതീർത്ഥം, ചക്രതീർത്ഥം, പത്മതീർത്ഥം, ഗദാതീർത്ഥം, പാദതീർത്ഥം എന്നിങ്ങനെ തീർത്ഥങ്ങളെ വിളിക്കുന്നു. പഞ്ചതീർത്ഥക്കുളത്തിന്റെ മദ്ധ്യത്തിലായുള്ള ശിലയിൽ വിഷ്ണു ഭഗവാന്റെ കരങ്ങളിൽ പരിലസിക്കുന്ന ശംഖ്, ചക്ര, ഗദ, പത്മം എന്നിവയുടെയും ഭഗവൽ പാദങ്ങളുടെയും അടയാളങ്ങളുണ്ട്. ഈ ശിലയിൽ ഭഗവൽ സാന്നിദ്ധ്യം ഉണ്ടെന്നാണ് വിശ്വാസം.

'പഞ്ചതീർത്ഥം' കഴിഞ്ഞ് താഴേക്കിറങ്ങി ഇടത്തോട്ടുതിരിഞ്ഞുള്ള ചെറിയ വഴിയിലൂടെ നടന്നാൽ പാപനാശിനിയുടെ ഒരു കടവിലെത്താം. അസ്ഥി/ചിതാഭസ്മനിമജ്ജനസ്ഥാനമാണിത്. നിമജ്ജനത്തിനെത്തുന്നവർ ക്ഷേത്രത്തിൽ കയറാതെ നേരെ ഇവിടെ എത്തുന്നു. അസ്ഥിസഞ്ചയനത്തെത്തുടർന്ന് കുടത്തിലാക്കിയ അസ്ഥികളും ഭസ്മവും തെക്കോട്ടുനോക്കി, മരണപ്പെട്ടവരെ മനസ്സിൽ ധ്യാനിച്ച് ജലത്തിലൊഴുക്കുന്നു. കൊണ്ടുവന്ന മൺകുടവും ജലത്തിലിട്ട് പൊട്ടിക്കുന്നു. കുടത്തിന്റെ വായ മൂടിയിരുന്ന ചുവന്ന തുണിയും പാപനാശിനിയിലൊഴുക്കുന്നു. നിമജ്ജനസ്ഥാനത്ത് പ്ലാസ്റ്റിക്കുകളും മറ്റുംകൊണ്ടുള്ള പരിസരമലിനീകരണം തടയാനുള്ള എല്ലാ മുൻ കരുതലുകളും ക്ഷേത്രാധികാരികൾ ഏർപ്പെടുത്തിയിട്ടുണ്ട്. അസ്ഥി നിമജ്ജന കർമ്മത്തിനു ശേഷം പാപനാശിനിയിലെ സ്നാനഘട്ടത്തിൽ സ്നാനം ചെയ്തു ശുദ്ധിനേടിയ ശേഷം മാത്രമേ ക്ഷേത്ര ദർശനം നടത്താവൂ എന്നാണ് പ്രമാണം.

പാപനാശിനിയുടെ ഏറ്റവും മുകളറ്റത്താണ് സ്നാന-പിതൃ-തർപ്പണഘട്ട്. തിരുനെല്ലിയിലെത്തുന്ന എല്ലാ ഭക്തജനങ്ങളും പാപനാശിനിയിൽ കുളിച്ച ശേഷം മാത്രമേ ക്ഷേത്രത്തിലെത്തി വിഷ്ണു ഭഗവാനെ വണങ്ങാവൂ എന്നാണ് ആചാരം. സ്നാനഘട്ടത്തിനു സമീപത്തെ യാഗശാലയിലാണ് പിതൃതർപ്പണം നടത്തുക. ബലികർമ്മാദികൾ രാവിലെ 11 മണിയോടുകൂടി അവസാനിക്കും. അതിനുശേഷം ക്ഷേത്ര സന്നിധിയിലെത്തുന്നവർക്ക് അടുത്ത ദിവസം മാത്രമേ കർമ്മങ്ങൾ അനുഷ്ഠിക്കാനാവൂ. ക്ഷേത്രത്തിനു വടക്കുള്ള ബലി സാധന കൗണ്ടറിൽനിന്നും ബലി സാധനങ്ങൾ ലഭിക്കുന്നു.

പാപനാശിനിയിൽ ദേഹശുദ്ധി വരുത്തി ഗുണ്ഡികാക്ഷേത്രദർശനവും നടത്തിയ ശേഷം തിരുനെല്ലിപ്പെരുമാളിന്റെ മുന്നിൽ പ്രാർത്ഥിക്കാനെത്തുക എന്നതാണ് പരമ്പരാഗതമായി അനുഷ്ഠിച്ചുവരുന്ന ആചാരം. പഞ്ചതീർത്ഥത്തിൽനിന്നും താഴേക്കുള്ള വഴിയിൽ പാപനാശിനി മുറിച്ചുകടന്നാൽ ഗുണ്ഡികാക്ഷേത്രത്തിലെത്താം. ഈ ഗുഹാക്ഷേത്രത്തിൽ പരമശിവൻ സ്വയംഭൂവായി കുടികൊള്ളുന്നു എന്നാണ് വിശ്വാസം. ഗുണ്ഡികാ ഗുഹയ്ക്കു മുന്നിലായി നിലയ്ക്കാത്ത ഒരു നീരുറവയു

ണ്ടായിരുന്നു. അവിടെനിന്നും ഉത്ഭവിക്കുന്ന ജലം പാപനാശിനിയിൽ ചേരുന്നു. തലക്കാവേരിയിൽ കാവേരിയുടെ ഉത്ഭവഹേതുവായ ഗുണ്ഡികാതീർത്ഥത്തിനു സമാനമാകയാൽ ഈ ഗുഹാക്ഷേത്രത്തിന് ഗുണ്ഡികാക്ഷേത്രമെന്ന പേരുകിട്ടി.

ബ്രഹ്മഗിരിയുടെ താഴ്വരയിൽ സായാഹ്നവെയിൽ ഒഴുകിപ്പരന്നു. തിരുനെല്ലിക്ഷേത്രവും പരിസരത്തെ ആരണ്യകങ്ങളും വെയിൽപ്പരപ്പിൽ ഓളം വെട്ടി. പഞ്ചതീർത്ഥ വിശ്രമമന്ദിരത്തിന് മുന്നിലുള്ള പുസ്തകശാലയുടെ വശത്തുള്ള പടവുകൾ കയറി ക്ഷേത്രത്തിനു പിൻവശത്തെത്തി. പിന്നെയും പടവുകളിറങ്ങി പാപനാശിനിയിലേക്ക്. കുറേ പടവുകളിറങ്ങിയാൽ ഇടതുവശത്തായി പഞ്ചതീർത്ഥം. ശംഖ്-ചക്ര-ഗദാ-പത്മം വഹിക്കുന്ന ശില തീർത്ഥമദ്ധ്യത്തിൽ. പഞ്ചതീർത്ഥത്തിലാകെ നീലത്താമരയുടെ സമൃദ്ധി.

പടവുകളിറങ്ങി ഞങ്ങൾ താഴെയെത്തി. അരികിലൂടെ പാപനാശിനി നേർത്തൊഴുകുന്നു. വേനൽക്കാലമായതിനാൽ ഒഴുക്ക് വളരെ കുറവാണ്. ഞങ്ങൾ മേൽപ്പോട്ട് നടന്നു. സ്നാന-തർപ്പണ-ഘട്ടിലെത്തി. അവിടെയും വെള്ളം വളരെക്കുറവ്. മുങ്ങിക്കുളിക്കാൻ ജലമില്ലാതിരുന്നതിനാൽ കാലും കൈയും മുഖവും കഴുകി ദേഹശുദ്ധിയുടെ ഒന്നാം പാദം നിറവേറ്റി. പാപനാശിനിയുടെ വിശുദ്ധജലത്തിൽ ഏറെനേരം ഞങ്ങൾ നിന്നു. വീണ്ടും താഴേക്കിറങ്ങി പാപനാശിനിയിലെ പാറക്കെട്ടുകൾ മുറിച്ചുനടന്ന് ഗുണ്ഡികാക്ഷേത്രത്തിലെത്തി. പരമശിവനെ വണങ്ങി. വീണ്ടും പടവുകൾ കയറി, പഞ്ചതീർത്ഥക്കരയിലെത്തി. പഞ്ചതീർത്ഥത്തിന്റെ പുണ്യജലരാശിയിൽ കാലും മുഖവും ശുദ്ധിയാക്കി.

ക്ഷേത്രമുറ്റത്തെത്തിയപ്പോൾ അസ്തമയസൂര്യന്റെ ചുവപ്പ് ബ്രഹ്മഗിരിയിൽ തട്ടി പ്രതിഫലിക്കുന്നുണ്ടായിരുന്നു. പ്രദക്ഷിണവഴിയിലൂടെ ക്ഷേത്രത്തെ വലംവെച്ച് കിഴക്കേ നടയിലെത്തി. പിന്നെ പെരുമാൾ ദർശനത്തിനായി ശ്രീകോവിൽ നടയിലേക്ക്. ദീപാരാധനാനേരം അടുത്തുവരുന്നു. ബ്രഹ്മകല്പിതമായ പൂജാവിധികൾ നടത്തുന്ന ക്ഷേത്രപുരോഹിതന്മാർ.

ദീപാരാധനയ്ക്കു നട അടഞ്ഞപ്പോഴും താലത്തിലേക്കു പൂവിറുത്തിടുന്ന അമ്പലവാസി.

“ഈ പൂക്കൾ നാളത്തെ പൂജയ്ക്കുള്ളതാണോ?” ഞാൻ സംശയനിവൃത്തി വരുത്താനായി ചോദിച്ചു.

“അല്ല. അത്താഴ പൂജയ്ക്കുശേഷം അമ്പലനട അടയ്ക്കും മുമ്പ് ഈ പൂക്കൾ താലത്തിലാക്കി ഭഗവൽ സന്നിധിയിൽ വയ്ക്കും. രാത്രി ബ്രഹ്മാവ് ഇവിടെ എത്തി എന്നും പെരുമാളിനെ പൂജിക്കുമത്രെ.” അയാൾ പറഞ്ഞു.

രാത്രിയാമത്തിൽ ദേവപൂജയ്ക്കെത്തുന്ന ബ്രഹ്മഹിതത്തിന്റെ ധ്യാനപൂർണ്ണിമയ്ക്കു മുന്നിൽ സംസാര ദുഃഖത്തിന്റെ ഇലക്കുമ്പിളുമായി നില്ക്കുന്ന മനുഷ്യന്റെ നിസ്സാരതയെ ഓർത്ത് ഞാൻ ലജ്ജിച്ചു.

നെല്ലിയാമ്പതിയിലെ രാത്രി

അസ്തമയ കാഴ്ചകൾ - സിതാർ കുണ്ഡ്

ചില യാത്രകൾ അങ്ങനെയാണ്. പ്രതീക്ഷിച്ചിരിക്കാതെയായിരിക്കും അതു സംഭവിക്കുക. നെല്ലിയാമ്പതിയാത്രയും അത്തരത്തിലുള്ള ഒന്നായിരുന്നു.

നെല്ലിയാമ്പതിയാത്ര നിർദ്ദേശിച്ചത് എഴുത്തുകാരനും, ഐ എ എസ് ഓഫീസറുമായ കെ വി മോഹൻകുമാറായിരുന്നു. കുറച്ചുനാളുകളായി മുടങ്ങിക്കിടന്ന ഒന്നിച്ചുള്ള ഞങ്ങളുടെ യാത്രകൾ വീണ്ടും തുടരാൻ ഒര

വസരം. ഞങ്ങളുടെ യാത്രാസംഘത്തിൽ നാലുപേരാണ്. മോഹൻകുമാർ, അദ്ദേഹത്തിന്റെ ഭാര്യ രാജലക്ഷ്മി, എന്റെ സഹധർമ്മിണി ഉഷ, ഞാൻ. നാല്വർസംഘം തിരക്കുകൾക്കിടയിലും ഇങ്ങനെ ചില യാത്രകൾക്കു സമയം കണ്ടെത്താറുണ്ട്.

ക്രിസ്തുമസ് ദിനങ്ങളിലായിരുന്നു നെല്ലിയാമ്പതിയാത്ര. അവിടത്തെ ഞങ്ങളുടെ ആതിഥേയരായിരുന്ന പോബ്സ് എസ്റ്റേറ്റിന്റെ മാനേജരെ മോഹൻകുമാർ വിളിച്ചു.

"ഞങ്ങൾ രണ്ടുമണി കഴിയുമ്പോഴേക്കും എത്തും. അവിടെ വന്നേ ഊണു കഴിക്കൂ..."

"നിങ്ങൾ ഇപ്പോൾ എവിടെയെത്തി?"

"എറണാകുളം വിട്ടു."

"എന്നാൽ ഇവിടെയെത്തുമ്പോൾ നാലുമണി കഴിയും. ഊണു തയ്യാറാക്കിവെക്കാം". മാനേജർ ഉറപ്പിച്ചു പറഞ്ഞു.

നെല്ലിയാമ്പതിയിലെത്താൻ ഇനിയും നാലുമണിക്കൂറോ? മാനേജർ പരിചയക്കുറവുകൊണ്ടു പറഞ്ഞതാകാം. ഞാൻ വിചാരിച്ചു.

വാഹനങ്ങൾ നിറഞ്ഞു കവിഞ്ഞ കേരളത്തിലെ നിരത്തുകളിലൂടെ എവിടെയും ഉദ്ദേശിക്കുന്ന സമയത്തെത്താൻ കഴിയില്ല എന്ന വസ്തുത ഇനിയും എനിക്കു മനസ്സിലാവാത്തതെന്തേ? ആലുവ മുതൽ മണ്ണുത്തി വരെയുള്ള 'എക്സ്പ്രസ് വേ'യിലെങ്കിലും വേഗത്തിൽ പോകാമെന്നു കരുതിയെങ്കിൽ തെറ്റി. വഴിനീളെ എണ്ണമറ്റ ട്രാഫിക് സിഗ്നലുകളിൽ കാത്തുകിടപ്പ്! സർവ്വീസ് റോഡുകളുടെ സമർത്ഥമായ ഉപയോഗം നമ്മുടെ ട്രാഫിക് വിഭാഗത്തിന് ഇനിയും നടപ്പാക്കാൻ കഴിയാത്തതെന്തേ?

കുതിരാൻ കയറ്റത്തിൽ ഇപ്പോഴും ഗതാഗതക്കുരുക്ക്. ടണൽ നിർമ്മാണം ഇനിയും പൂർത്തിയായിട്ടില്ല. വടക്കാഞ്ചേരിയിൽനിന്നും തിരിഞ്ഞ് മുടപ്പല്ലൂർ വഴി നെന്മാറയിലെത്തി. അവിടെനിന്നും നേരെ പോയാൽ അതിർത്തി ഗ്രാമമായ ഗോവിന്ദാപുരത്തെത്താം. വലത്തോട്ടു തിരിഞ്ഞാൽ നെല്ലിയാമ്പതിക്കുള്ള നിരത്തായി. നെന്മാറയിൽനിന്നും നെല്ലിയാമ്പതിക്ക് മുപ്പതു കി മീ ദൂരമുണ്ട്.

നെന്മാറയിൽനിന്നും കുറേ ചെന്നാൽ ഫോറസ്റ്റ് ചെക്ക് പോസ്റ്റാണ്. വണ്ടി നമ്പരും, വണ്ടിയിൽ എത്രപേരുണ്ടെന്നും അവിടെ രേഖപ്പെടുത്തണം.

പോത്തുണ്ടി ഡാമിന്റെ വശത്തുകൂടിയാണ് നെല്ലിയാമ്പതിയിലേക്കു പോകുന്നത്. 19-ാം നൂറ്റാണ്ടിൽ മണ്ണുകൊണ്ടു നിർമ്മിച്ച ഈ ഡാം ഇന്ത്യയിലെ തന്നെ പഴക്കമുള്ള ഡാമുകളിൽ ഒന്നാണ്. പ്രധാനമായും ജലസേചനത്തിനായി ഉദ്ദേശിച്ചുള്ള ഡാം നെന്മാറയിൽനിന്നും 10 കി മി ദൂരത്തിലാണ്. ഡാമിന്റെ റിസർവോയർ 31 ചതുരശ്ര കിലോമീറ്ററിൽ വ്യാപിച്ചു കിടക്കുന്നു.

സമുദ്രനിരപ്പിൽനിന്നും സുമാർ 1500 മുതൽ 5000 അടിവരെ ഉയരത്തിലാണ് നെല്ലിയാമ്പതി മലനിരകൾ സ്ഥിതി ചെയ്യുന്നത്. കുത്തനെ

യുള്ള കയറ്റവും ഹെയർപിൻ വളവുകളും. താഴേക്കു ധാരാളം വാഹനങ്ങൾ ഇറങ്ങിവരുന്ന സമയമാണ്. രാവിലെ മല കയറിയ നെല്ലിയാമ്പതി സന്ദർശകർ നാലുമണിയോടെ കുന്നിറങ്ങണമെന്നാണ് വനം വകുപ്പിന്റെ നിബന്ധന. നെല്ലിയാമ്പതിയിലേക്കുള്ള ഓരോ ഹെയർപിൻ വളവുകളിലും പോത്തുണ്ടി ഡാമിന്റെ ജലാശയം കാഴ്ചയിൽ ചെറുതായിക്കൊണ്ടിരുന്നു.

എസ്റ്റേറ്റുമാനേജരുടെ പ്രവചനം സാദ്ധ്യമാക്കിക്കൊണ്ട് നെല്ലിയാമ്പതിയിലെത്തിയപ്പോൾ സമയം നാലുമണി. പോബ്സ് എസ്റ്റേറ്റിലേക്ക് ഇനിയും അഞ്ചുകിലോമീറ്റർ കൂടി പോകണം. എസ്റ്റേറ്റ് ചെക്ക്പോസ്റ്റിനപ്പുറം മാനേജർ സുന്ദർരാജ് ബംഗ്ലാവിലേക്കുള്ള വഴി കാട്ടുവാൻ കാത്തുനിന്നിരുന്നു. സുന്ദർ രാജിനെ പിന്തുടർന്ന് ഞങ്ങൾ കാപ്പിത്തോട്ടത്തിനു നടുവിലെ അതിഥി മന്ദിരത്തിലെത്തി.

ബംഗ്ലാവിന്റെ കെയർടേക്കർ പ്രസാദ് വേഗം തന്നെ ഭക്ഷണം തീൻമേശയിലെത്തിച്ചു. വൈകിയെങ്കിലും വിശപ്പ് തീരെ അനുഭവപ്പെട്ടില്ല. നെല്ലിയാമ്പതി മലനിരകളുടെ സാന്ത്വനം ഒരുപക്ഷേ, വിശപ്പിനെ അകലെ നിർത്തിയിട്ടുണ്ടാവും.

"ഭക്ഷണം കഴിയുമ്പോഴേക്കും വ്യൂപോയിന്റിൽ തിരക്കു കുറഞ്ഞിട്ടുണ്ടാവും. അപ്പോൾ അവിടേക്ക് പോവാം" പ്രസാദ് നിർദ്ദേശിച്ചു.

വനംവകുപ്പിന്റെ അധീനതയിലാണ് വ്യൂ പോയിന്റെങ്കിലും അവിടേക്കുള്ള വഴി പോബ്സ് എസ്റ്റേറ്റിലൂടെയാണ്. കിഴുക്കാം തൂക്കായി കിടക്കുന്ന മലയുടെ മുകളിലെ പാറക്കെട്ടുകൾ നിറഞ്ഞതെങ്കിലും ഏതാണ്ടു സമതലമെന്നു വിളിക്കാവുന്ന വീതികുറഞ്ഞ കാട്ടുവഴിയാണ് യഥാർത്ഥത്തിൽ വ്യൂപോയിന്റ്. സൂര്യൻ അസ്തമിച്ചുകഴിഞ്ഞിരുന്നു. മലമുകളിൽ ഇരുൾ മെല്ലെ വീണു തുടങ്ങി. താഴ്ചയിലെ ഗ്രാമങ്ങൾ നേരിയ മൂടൽ മഞ്ഞുള്ളതിനാൽ വ്യക്തമായി കാണാനാവുന്നില്ല.

"ഗോവിന്ദാപുരം, ഗോപാലപുരം, കൊല്ലങ്കോട് തുടങ്ങിയ അതിർത്തി ഗ്രാമങ്ങളാണ് താഴെ" പ്രസാദ് പറഞ്ഞു.

അങ്ങിങ്ങു തെളിഞ്ഞു നില്ക്കുന്ന രാത്രിവിളക്കുകൾ. ചീറിയടിക്കുന്ന തണുത്ത കാറ്റ്.

"വ്യൂപോയിന്റിന്റെ അങ്ങേത്തലയ്ക്കൽ പോയാൽ സീതാർ കുണ്ഡ് വെള്ളച്ചാട്ടം കാണാം. നാളെ വൈകിട്ട് നേരത്തേ അവിടെ പോകാം" പ്രസാദ് പറഞ്ഞു.

വ്യൂപോയിന്റിൽനിന്നുള്ള ഉയരക്കാഴ്ചകൾ തല്ക്കാലമുപേക്ഷിച്ച് ഇരുൾ വീണ കാട്ടുവഴിയിലൂടെ ഞങ്ങൾ തിരിച്ചു ബംഗ്ലാവിലേക്കു മടങ്ങി.

എല്ലാ തിരക്കുകളിൽനിന്നും ഊളിയിടാൻ പറ്റിയ ഇടമാണ് നെല്ലിയാമ്പതി. സുഖദമായ ഡിസംബർ രാവിന്റെ ആലിംഗനത്തിൽ ശരീരത്തെയും മനസ്സിനെയും ആലസ്യത്തിന്റെ തൊട്ടിലിലാക്കാൻ വളരെ എളുപ്പം കഴിയുന്നു. നെല്ലിയാമ്പതിയിലെ രാത്രിയുടെ സൗകുമാര്യം വാക്കുകളിലൂടെയുള്ള വിവരണങ്ങൾക്കുമപ്പുറമാണ്. അനുഭവിച്ചുമാത്രം അറിയേണ്ടുന്ന ഒന്ന്.

നെല്ലിയാമ്പതിയിൽ പ്രധാനമായും എസ്റ്റേറ്റുകളാണ്. പോബ്സ്, ചന്ദ്രാമല തുടങ്ങിയ എസ്റ്റേറ്റുകൾ ഈ മലനിരകളുടെ സൗന്ദര്യത്തിനു മാറ്റു കൂട്ടുന്നു. തേയില, ഓറഞ്ച്, ഏലം, സ്ട്രോബറി തുടങ്ങിയവയാണ് തോട്ടങ്ങളിൽ കൃഷിചെയ്യുന്നത്. തേയിലത്തോട്ടങ്ങളും കാപ്പിത്തോട്ടങ്ങളുമാണ് കൂടുതൽ. വലിപ്പം കുറഞ്ഞതും എന്നാൽ മധുരമേറിയതുമായ നെല്ലിയാമ്പതി ഓറഞ്ചുകൾ പ്രസിദ്ധമാണ്.

പിറ്റേന്നു രാവിലെ തന്നെ എഴുന്നേറ്റു. രോമകൂപങ്ങളിലൂടെ അരിച്ചിറങ്ങുന്ന തണുപ്പ്. കമ്പിളിക്കുപ്പായങ്ങളോടുകൂടി തന്നെ പുറത്തിറങ്ങി. കാപ്പിത്തോട്ടത്തിനിടയിലൂടെ നടന്നു. പഴുത്തു ചുവന്നു നില്ക്കുന്ന കാപ്പിക്കുരു. ഇപ്പോൾ കാപ്പിക്കുരുവെടുക്കുന്ന സീസണാണെന്ന് പ്രസാദ് പറഞ്ഞതോർമ്മിച്ചു. തണുപ്പിലും ഉന്മേഷം പകരുന്നതാണ് നെല്ലിയാമ്പതിയിലെ പ്രഭാത സവാരി.

“രാവിലെ പോബ്സ് എസ്റ്റേറ്റിലാകെ ചുറ്റിക്കറങ്ങാം. മിന്നാമ്പാറയിൽ ട്രക്കിങ്ങിനുപോകാം. തിരിച്ചെത്തി ഉച്ചഭക്ഷണത്തിനും വിശ്രമത്തിനും ശേഷം സീതാർകുണ്ഡ് വ്യൂപോയിന്റിൽ പോയി അസ്തമയം കാണാം. രാത്രിയിൽ മൃഗങ്ങളെ കാണാനായി കാട്ടിലും പോകാം.” പ്രഭാതഭക്ഷണം കഴിച്ചു കൊണ്ടിരിക്കുമ്പോൾ അന്നത്തെ പരിപാടികൾ പ്രസാദ് വിശദീകരിച്ചു.

എസ്റ്റേറ്റുപാതയിലെ കുണ്ടിലും കുഴിയിലൂടെയുമുള്ള ജീപ്പുയാത്ര. തേയിലക്കാടുകൾക്കിടയിലൂടെ, ചിലപ്പോൾ കാപ്പിച്ചെടികൾക്കിടയിലൂടെ അല്ലെങ്കിൽ ഏലത്തോട്ടത്തിനരികിലൂടെ വളഞ്ഞുപുളഞ്ഞു പോകുന്ന ജീപ്പുപാതകൾ. കാഴ്ചയിൽ തേയിലത്തോട്ടങ്ങൾ തന്നെ സുന്ദരൻ. വെട്ടിനിർത്തിയ തേയിലത്തോട്ടങ്ങളും അവയ്ക്കിടയിലുള്ള വെള്ള ഓക്കുമര

അതിഥി മന്ദിരത്തിന്റെ കൊളോണിയൽ ചാരുത

ങ്ങളും പകരുന്ന കാഴ്ച എന്നും എന്റെ ഹരമായിരുന്നു. ഇടയ്ക്ക് പോബ്സൺ തേയില ഫാക്ടറിയിലും കുറേ സമയം ചെലവഴിച്ചു. കയറ്റു മതിക്കുള്ള തേയിലയാണത്രേ ഇവിടത്തെ പ്രധാന ഉല്പന്നം. മറ്റൊന്നാണ് 'ഗ്രീൻ പെപ്പർ'. ഗ്രീൻ പെപ്പർ രൂപപ്പെടുത്തുന്നവിധം തിരുവല്ലാക്കാരൻ കുര്യൻ ഞങ്ങൾക്കു കാണിച്ചു തന്നു.

കേരളത്തിലുടനീളം വ്യവസായ ശൃംഖലകളുള്ള പോബ്സിന്റെ ഏറ്റവും വലിയ എസ്റ്റേറ്റുകളിലൊന്നാണ് നെല്ലിയാമ്പതിയിലുള്ളത്. പി ഒ ഏബ്രഹാം & സൺസ് എന്ന സ്ഥാപനമാണ് പിന്നീട് പോബ്സൺ ആയതും ഇപ്പോൾ പോബ്സ് എന്നറിയപ്പെടുന്നതും. പോബ്സിന്റെ ഇപ്പോഴത്തെ സാരഥി ശ്രീ. ജോയിയുടെ അതിഥികളായാണ് ഞങ്ങൾ നെല്ലിയാമ്പതിയിലെത്തിയിരിക്കുന്നത്.

പോബ്സിന് എസ്റ്റേറ്റിൽ ഒരു പശുഫാമുണ്ട്. മനോഹരമായ ഒരു കുന്നിൻചരിവിലാണ് ഫാം. കൂട്ടിൽ ആരോഗ്യം തുളുമ്പുന്ന പശുക്കൾ.

"ഇതുവരെ മേയാൻ വിട്ടിരിക്കുകയായിരുന്നു. കുറച്ചുമുൻപേയാണ് കൂട്ടിൽ കയറ്റിയത്". ഫാമിന്റെ ചുമതലക്കാരൻ മഹേഷ് പറഞ്ഞു.

നേർത്ത ശബ്ദത്തിലുള്ള ചലച്ചിത്രഗാനങ്ങളാണ് പശുക്കൂടിനു മുന്നിൽ നില്ക്കുമ്പോൾ നാം കേൾക്കുന്നത്. അതും യേശുദാസിന്റെ മെലഡി ഗാനങ്ങൾ. ഓരോ കൂടിന്റെയും വശങ്ങളിൽ ചെറിയ സൗണ്ട് ബോക്സുണ്ട്. ശ്രദ്ധയോടെ പാട്ടു കേൾക്കുന്ന പശുക്കൾ. ഇടയ്ക്ക് ഞങ്ങൾ സംസാരിച്ചപ്പോൾ പശുക്കളുടെ മുഖത്തെ അസഹ്യത കാണേണ്ടതുതന്നെയായിരുന്നു.

"മെലഡി ഗാനങ്ങളാണ് പശുക്കളെ കേൾപ്പിക്കുന്നത്" മഹേഷ് പറഞ്ഞു.

പാൽ ഉല്പാദനത്തിന്റെ അളവുകൂട്ടുന്നതിനും, പശുക്കളെ ശാന്തരായി നിർത്താനും മെലഡി ഗാനങ്ങൾ വളരെയേറെ ഉപകരിക്കുന്നു എന്നാണ് മഹേഷിന്റെ പക്ഷം.

മനുഷ്യരേക്കാൾ എന്ത് ഏകാഗ്രതയോടെയാണ് പശുക്കൾ ഗാനങ്ങൾ ശ്രവിക്കുന്നത്!

"പോബ്സ് എസ്റ്റേറ്റിനു തൊട്ടടുത്തുള്ള വലിയ മലകളാണ് മിന്നാമ്പാറയും മാൻപാറയും. മിന്നാമ്പാറയിലേക്കുള്ള ട്രക്കിങ് സാഹസികമാണ്. കുത്തനെയുള്ള കാട്ടുവഴികൾ. കീഴുക്കാംതൂക്കായ പാറക്കെട്ടുകൾ. ഞങ്ങൾ ജീപ്പിലൂടെ മല കയറാൻ ശ്രമിച്ചു. പലപ്പോഴും ജീപ്പ് ആടിയുലഞ്ഞു.

"നമുക്കു തിരിച്ചുപോകാം. പേടിയാകുന്നു" ഒരേസ്വരത്തിൽ രാജലക്ഷ്മിയും ഉഷയും ബഹളം കൂട്ടി. എനിക്ക് മല കയറണമെന്നുണ്ടായിരുന്നു. മോഹൻകുമാറും അവർക്കൊപ്പം ചേർന്നതിനാൽ ഭൂരിപക്ഷത്തിന്റെ അഭിപ്രായം മാനിച്ച് മിന്നാമ്പാറ ട്രക്കിങ് അവസാനിപ്പിച്ച് ഞങ്ങൾ മടങ്ങിപ്പോന്നു.

നെല്ലിയാമ്പതിയിലെ സായാഹ്നം ഇന്നു പൂർണ്ണമായും ആസ്വദിക്കണം. നേരത്തേ തന്നെ ഞങ്ങൾ വ്യൂ പോയിന്റിലേക്കു തിരിച്ചു. അവിടം സന്ദർശകരെക്കൊണ്ടു നിറഞ്ഞിരുന്നു. വ്യൂ പോയിന്റിന്റെ അങ്ങേത്തല

യ്ക്കൽ നിന്നാൽ സീതാർകുണ്ഡ് വെള്ളച്ചാട്ടം കാണാം. അപ്പുറവും ഇപ്പുറവും ഓരോ മലകൾ. ഇടയ്ക്കുള്ള മലയിലാണ് വെള്ളച്ചാട്ടം. ഇപ്പോൾ വെള്ളച്ചാട്ടമില്ലാത്തതിനാൽ നേർത്ത നൂലുപോലെ മാത്രമേ ഒഴുക്കുള്ളൂ.

മുന്നിലെ കൂറ്റൻമല പോത്തുണ്ടി ഡാമിനെയും നെന്മാറയെയുമൊക്കെ മറച്ചു കൊണ്ട് നില്ക്കുന്നു. ആന തുമ്പിക്കൈ നീട്ടി മസ്തകമുയർത്തിക്കിടക്കുംപോലെയാണ് ഈ മലയുടെ ആകൃതി. വ്യൂപോയിന്റിന്റെ വലതുവശത്തു താഴെയായി അതിർത്തി ഗ്രാമങ്ങൾ തെളിഞ്ഞുകാണാം. കൊല്ലങ്കോടു മുതൽ ഗോവിന്ദാപുരം വരെയുള്ള ചിറ്റൂർ താലൂക്കിന്റെ ഗ്രാമങ്ങൾ ചിതറിക്കിടക്കുന്നു.

സീതാർകുണ്ഡ് വ്യൂപോയിന്റിൽ നിന്നുള്ള അസ്തമയക്കാഴ്ച മനോഹരമാണ്. മലകൾക്കപ്പുറം മെല്ലെ മറയുന്ന ചുവന്ന സൂര്യൻ.

സാന്ധ്യ പ്രകാശം വീണു ചിതറിയ കാട്ടുവഴിയിലൂടെ ഇരുൾവീഴുന്നതും കണ്ടു ഞങ്ങൾ തിരികെ നടന്നു.

"രാത്രിയിൽ ഒമ്പതുമണിക്ക് ജീപ്പെത്തും. ഒരു മണിക്കൂർ കാട്ടിലൂടെ യാത്ര. കാട്ടുമൃഗങ്ങളെ അടുത്തുകാണാം" പ്രസാദ് ഓർമ്മിപ്പിച്ചു.

കാട്ടിലൂടെയുള്ള രാത്രിയാത്രയുടെ സന്തോഷം നിറഞ്ഞ ആകാംക്ഷയിലായിരുന്നു ഞാൻ. ഒമ്പതുമണിക്കായി ഞാൻ കാത്തിരുന്നു.

എസ്റ്റേറ്റും കടന്ന് ഉൾവനത്തിലേക്കു ഞങ്ങൾ കടന്നു. ഇടയ്ക്ക് ഒരു പറ്റം കാട്ടുമുയലുകൾ ജീപ്പിനു കുറുകെ പോയതൊഴിച്ചാൽ കുറേ സമയത്തേക്കു മൃഗങ്ങളൊന്നും മുന്നിൽ വന്നുപെട്ടില്ല.

"കാട്ടുപോത്തിനെയെങ്കിലും കാണാതിരിക്കില്ല" പ്രസാദ് ശുഭാപ്തി വിശ്വാസം പ്രകടിപ്പിച്ചു. അയാൾ സെർച്ച് ലൈറ്റുമായി ജീപ്പിനു മുകളിൽ കയറിയിരുന്നു.

ഒരു വളവിനുവെച്ചു കുറേ മാനുകൾ മുന്നിലെത്തി. ജീപ്പിന്റെ വെളിച്ചത്തിൽ ഒരു നിമിഷം നിന്നുവെങ്കിലും മെല്ലെ കാടിന്റെ മറുവശത്തേക്ക് അവ നടന്നുമറഞ്ഞു. മടക്കയാത്രയിൽ ഇതുപോലെ കുറേ കാട്ടുപോത്തുകളും മ്ലാവുകളും മുന്നിൽ വന്നുപെട്ടു. എങ്കിലും ഞങ്ങളുടെ പ്രതീക്ഷയായിരുന്ന കാട്ടാനകളെ കാണാതെ തന്നെ മടങ്ങി.

ബംഗ്ലാവിലെത്തി അതിനു പുറത്തുള്ള കൂടാരത്തിലെ മരക്കുറ്റികളിലിരുന്ന് രാത്രി വൈകും വരെ സംസാരിച്ചിരുന്നു. അടുത്ത ദിവസം രാവിലെ നെല്ലിയാമ്പതിയിൽനിന്നും മടങ്ങിപ്പോകണമെന്നോർത്തപ്പോൾ വല്ലാത്തൊരു നൊമ്പരം!

എല്ലാ തിരക്കുകളും ബാദ്ധ്യതകളും ഒഴിച്ചുവിട്ട് മൊബൈൽ ഫോൺ പോലും നിശ്ശബ്ദമാക്കിയ ഒരു പകലും രണ്ടു രാവുകളും. ഒരു സ്ഥലത്തെത്തിയാൽ അവിടവും ചുറ്റുപാടും ഞരമ്പുകളിലേറ്റുക. ഒരു സഞ്ചാരിയുടെ ധർമ്മമാണത്. തണുപ്പരിച്ചിറങ്ങുന്ന നെല്ലിയാമ്പതിയിലെ ഈ രാത്രിയും എന്റെ സിരകളിൽ ലഹരിയാകുന്നു. സഞ്ചാരിയുടെ അവിസ്മരണീയമായ രാവുകളുടെ ചെപ്പിൽ ഇതാ ഒന്നുകൂടി!

പോച്ചംപള്ളിയിലെ 'ഇക്കട്ട്' വിസ്മയങ്ങൾ

ആയിരത്തി തൊള്ളായിരത്തി അമ്പത്തി ഒന്ന് ഏപ്രിൽ 18. ആചാര്യ വിനോബാഭാവെ അന്നത്തെ കമ്യൂണിസ്റ്റ് കേന്ദ്രമായിരുന്ന തെലങ്കാനയിൽ എത്തിച്ചേർന്നു. അദ്ദേഹത്തിനു താമസമൊരുക്കിയത് തെലങ്കാന പ്രദേശത്തെ ഒരു ഗ്രാമത്തിലായിരുന്നു. ഗ്രാമവാസികൾ വിനോബാഭാവെയെ വർദ്ധിച്ച സന്തോഷത്തോടെ സ്വീകരിച്ചു. ഉച്ചയ്ക്കുശേഷം ഗ്രാമീണർ അദ്ദേഹം താമസിച്ചിരുന്ന കുടിലിനു മുന്നിലെത്തി. ഒരു തുണ്ടു ഭൂമിപോലും സ്വന്തമായില്ലാത്ത ഗ്രാമവാസികൾ തങ്ങൾക്ക് 80 ഏക്കർ ഭൂമി കിട്ടിയിരുന്നെങ്കിൽ കൃഷിക്കും താമസത്തിനും പര്യാപ്തമാകുമായിരുന്നു എന്ന ആവശ്യം അദ്ദേഹത്തിനു മുന്നിൽ അവതരിപ്പിച്ചു. സർക്കാരിൽനിന്നും ഭൂമി ലഭിക്കാനിടയില്ലാത്ത സാഹചര്യത്തിൽ ഗ്രാമവാസികൾക്കുതന്നെ എന്തെങ്കിലും ചെയ്യാനാവുമോ എന്ന് അദ്ദേഹം ആരാഞ്ഞു. പൊടുന്നനെ എല്ലാവരേയും അത്ഭുതപ്പെടുത്തിക്കൊണ്ട് ഗ്രാമത്തിലെ ഏറ്റവും ധനികനായ ഭൂവുടമ വെദിരെ രാമചന്ദ്രറെഡ്ഡി എഴുന്നേറ്റു പറഞ്ഞു:

"ഭൂമിയില്ലാത്ത ഗ്രാമീണർക്കുവേണ്ടി 100 ഏക്കർ ഭൂമി ഞാൻ കൊടുക്കാം."

സദസ്യർ അത്ഭുതസ്തബ്ധരായി. ഇന്ത്യൻ രാഷ്ട്രീയത്തിൽ ദൂരവ്യാപകമായ ഫലങ്ങളുളവാക്കിയ ആചാര്യ വിനോബാഭാവെയുടെ 'ഭൂദാനപ്രസ്ഥാന'ത്തിന്റെ തുടക്കമായിരുന്നു ആ നിമിഷം. മുൻ തീരുമാനമോ തയ്യാറെടുപ്പോ കൂടാതെ നിയോഗം പോലെ ഒരു പ്രസ്ഥാനം പിറവിയെടുക്കുകയായിരുന്നു. ഭൂദാനപ്രസ്ഥാനത്തിന്റെ ജനനത്തിനു സാക്ഷിയാകുവാൻ ഭാഗ്യം ചെയ്ത ആ ഗ്രാമത്തിന്റെ പേരാണ് പോച്ചംപള്ളി. ചരിത്രത്തിൽ ഇടംനേടിയ ആ ഗ്രാമം അന്നുമുതൽ ഭൂദാൻപോച്ചംപള്ളി എന്ന

യന്ത്രച്ചർക്കകൾ

റിയപ്പെട്ടു. ഇപ്പോഴും ഈ ഗ്രാമം അങ്ങനെ തന്നെ അറിയപ്പെടുന്നു.

എന്നാൽ അതിനുമപ്പുറം ദേശദേശാന്തരങ്ങളിൽ എല്ലാക്കാലത്തും ഈ ഗ്രാമം പ്രകീർത്തിക്കപ്പെടുന്നത് മറ്റൊരു കാരണത്താലാണ്. പ്രസിദ്ധമായ പോച്ചംപള്ളി 'ഇക്കട്ട്' സാരികളുടെ ജന്മഗേഹമാണ് ഇന്നത്തെ തെലുങ്കാന സംസ്ഥാനത്തെ ഹൽക്കോണ്ട ജില്ലയിലുള്ള പോച്ചംപള്ളി എന്ന സുന്ദര ഗ്രാമം. പരുത്തിയിലും സിൽക്കിലും നിർമ്മിച്ച, ആകർഷക്കങ്ങളായ വർണ്ണങ്ങളിലും രൂപങ്ങളിലും രൂപകല്പനകളിലും ആരുടെയും മനം കവരുന്ന പോച്ചംപള്ളി തുണിത്തരങ്ങൾ കൈത്തറി വസ്ത്രരംഗത്തെ ഇന്ത്യൻ പാരമ്പര്യത്തിന്റെ നിത്യനിദർശനമാണ്.

പോച്ചംപള്ളിയിലേക്കുള്ള എന്റെ യാത്ര തികച്ചും അപ്രതീക്ഷിതമായിരുന്നു. രാമോജി ഫിലിം സിറ്റിയിൽ അഞ്ചു ദിവസങ്ങളിലായി നടന്ന ഇൻഡിവുഡ് ചലച്ചിത്രോത്സവത്തിൽ ജൂറിയായി പങ്കെടുത്തശേഷം മടക്കയാത്രയ്ക്കു മദ്ധ്യേയുള്ള ഹ്രസ്വമായ ഇടവേളയിൽ ഹൈദരാബാദ് നഗരപ്രാന്തത്തിലെ ഉപ്പൽ എന്ന സ്ഥലത്തേക്കു പോകുകയായിരുന്നു ഞാൻ. ഹൈവേയിൽനിന്നും നഗരത്തിലേക്കുള്ള നിരത്തിലേക്ക് കടന്നപ്പോഴാണ് തൊട്ടുമുന്നിൽ പോകുന്ന ബസിന്റെ ബോർഡു ശ്രദ്ധിച്ചത്. അതിൽ പോച്ചംപള്ളി എന്ന് ഇംഗ്ലീഷിലെഴുതിയിരിക്കുന്നതു കണ്ടപ്പോൾ ഹൈദരാബാദിൽനിന്നും ഒരു പകൽദൂരത്തിലെവിടെയോ ആയിരിക്കണം പോച്ചംപള്ളി എന്നു ഞാനൂഹിച്ചു.

എന്റെ ഊഹം ശരിയായിരുന്നു. കാറിൽ എന്നോടൊപ്പമുണ്ടായിരുന്ന പ്രശസ്ത തെലുങ്കു സംവിധായകൻ കെ എൻ ടി ശാസ്ത്രി എന്റെ സഹാ

യത്തിനെത്തി. “ഹൈദരാബാദിൽനിന്നും 50 കിലോമീറ്റർ ദൂരത്തിലാണ് പോച്ചംപള്ളി. ഉപ്പലിൽ നിന്നാണെങ്കിൽ ദൂരം അതിലും കുറയും. ബസുകൾ ധാരാളമുള്ളതിനാൽ ടാക്സിയുടെ ആവശ്യമില്ല”

ഹൈദരാബാദിൽ അവശേഷിക്കുന്ന എന്റെ ഏകദിനം പോച്ചംപള്ളി യാത്രയ്ക്കായി മാറ്റിവച്ചു. രാവിലെ ഏഴരയ്ക്കു മുമ്പുതന്നെ ഉപ്പൽ ബസ് സ്റ്റേഷനിൽ എത്തി. പുറപ്പെടാനായി കാത്തു കിടന്ന പോച്ചംപള്ളി ബസിൽ കയറി. യാത്രക്കാർ നന്നേ കുറവ്.

അര മണിക്കൂറിലേറെ യാത്ര കഴിഞ്ഞപ്പോൾ ബസ് ഹൈവേ വിട്ട് വീതി കുറഞ്ഞ ഒരു നിരത്തിലേക്ക് കടന്ന് ബീബി നഗർ സ്റ്റോപ്പിൽ നിർത്തി. ട്രെയിനിൽ പോച്ചംപള്ളിയിലേക്ക് പോകുന്ന യാത്രികർ ബീബി നഗർ സ്റ്റേഷനിലിറങ്ങി ബസിൽ വേണം അവിടേക്കു പോകാൻ.

പിന്നീട് യാത്ര ഗ്രാമമദ്ധ്യങ്ങളിലൂടെയുള്ള നിരത്തിലൂടെയായിരുന്നു. റോഡിനു വീതി കൂട്ടുന്ന പണി നടക്കുന്നു. ഇരുവശവും നെൽപ്പാടങ്ങൾ. പാടങ്ങൾക്കുനടുവിലെ മൺത്തിട്ടകളിൽ കുടചൂടി നില്ക്കുന്ന കരിമ്പനകൾ. വിളഞ്ഞുകിടക്കുന്ന നെൽപ്പാടങ്ങൾ എല്ലാ കേരളീയരെയും പോലെ എനിക്കും ഒരപൂർവ്വ കാഴ്ച തന്നെ. ഇടയ്ക്കിടെ ചെറിയ ജലാശയങ്ങളും കാണാമായിരുന്നു. തടാകങ്ങൾ നിറഞ്ഞു കിടക്കുന്നു. കഴിഞ്ഞ രണ്ടാഴ്ച പെയ്ത മഴ തടാകങ്ങളെയും വയലുകളെയും സമൃദ്ധമാക്കിയിരിക്കണം.

ഒമ്പതുമണി കഴിഞ്ഞപ്പോഴേക്കും ബസ് ഭൂദാൻ പോച്ചാംപള്ളിയിലെത്തി. ഒരു ചെറിയ കച്ചവടത്തെരുവിലെ ബസ്സ്റ്റോപ്പിലിറങ്ങി. തെരുവ് ഉണർന്നുവരുന്നതേയുള്ളൂ. കടകൾ എല്ലാം ഇനിയും തുറന്നിട്ടില്ല.

ബസ്സ്റ്റോപ്പിന് അധികം ദൂരത്തല്ലാതെ കണ്ട ചെറുതെങ്കിലും വൃത്തിയുള്ള ഹോട്ടൽ വെങ്കിടേശ്വരയിലേക്ക് നടന്നു. ഹോട്ടലുടമ വെങ്കിടേശ്. ഇഡ്ഡലിയും സാമ്പാറും മുളകുപൊടിയും വെങ്കിടേശ് വിളമ്പിത്തന്നു. ഹോട്ടലിൽനിന്നും മടങ്ങാൻ തുടങ്ങുമ്പോൾ വെങ്കിടേശിനോടു ചോദിച്ചു:

“ഇവിടെയടുത്തെങ്ങാൻ നെയ്ത്തു ഗ്രാമമുണ്ടാകുമോ?”

“പോച്ചംപള്ളി നെയ്ത്തുഗ്രാമം തന്നെയാണ്. ഇവിടുത്തെ എല്ലാ വീടുകളോടുമനുബന്ധിച്ച് നെയ്ത്ത് തറികളുണ്ട്”.

“ഒരു വീടു പറഞ്ഞു തരാമോ?”

“മുരളിയുടെ വീട്ടിലേക്ക് ചെന്നോളൂ. എന്റെ ബന്ധുവാണ്. ഞാൻ അയച്ചതാണെന്നു പറഞ്ഞാൽ മതി.”

മുരളിയുടെ വീട്ടിലേക്കുള്ള വഴി വെങ്കിടേശ് പറഞ്ഞു തന്നു. മുഖ്യ തെരുവുവിട്ട് ഞാൻ ഇടുങ്ങിയ ഒരു നിരത്തിലേക്കു കടന്നു. തമിഴ് അഗ്രഹാരത്തെരുവുകളെ ഓർമ്മിപ്പിക്കുന്ന വഴി. ഇരുപുറവും അടുത്തടുത്ത് വീടുകൾ. വീടുകൾക്ക് മുന്നിൽ അരിപ്പൊടിക്കോലങ്ങൾ.

വീട്ടിൽ മുരളിയുണ്ടായിരുന്നു. “കേരളത്തിൽനിന്നാണ്. എഴുതാറുണ്ട്. തറികളും നെയ്ത്തും കാണാൻ വന്നതാണ്.”

“വരൂ.” മുരളി എന്നെ വീടിനു സമീപത്തെ നെയ്ത്തുശാലയിലേക്ക് നയിച്ചു. അവിടെയുള്ള ഒരു നെയ്ത്തുകാരനോട് എന്നെ സഹായിക്കാ

നൂൽ നൂൽക്കുന്ന നാഗമ്മ

നേല്പിച്ച് മുരളി വീടിന് അല്പം അകലെയുള്ള തന്റെ രണ്ടാമത്തെ നെയ്ത്തുശാലയിലേക്ക് പോയി.

ഒരു തറിയിൽ നെയ്തുകൊണ്ടിരുന്ന സത്യനാരായണനെ ഞാൻ അഭിവാദ്യം ചെയ്തു. ഒരു പോച്ചംപള്ളി പട്ടുസാരിയുടെ മനോഹരമായ മുന്താണി നെയ്തെടുക്കുന്ന പ്രവൃത്തിയിലായിരുന്നു അയാൾ. എങ്കിലും എന്റെ ചോദ്യങ്ങൾക്കുള്ള മറുപടി നെയ്ത്തിന്റെ ഇടവേളകളിൽ അയാൾ പറഞ്ഞു തന്നു.

മുരളിയുടെ ഈ നെയ്ത്തുകേന്ദ്രത്തിൽ പന്ത്രണ്ടുതറികളുണ്ട്. നാലു നെയ്ത്തുകാരും. എല്ലാവരും പട്ടുസാരികളാണ് നെയ്യുന്നത്.

'ഇക്കട്ട്' രീതിയിലുള്ള പരുത്തി-പട്ടു വസ്ത്രങ്ങളാണ് പോച്ചംപള്ളിയിൽ നെയ്യുന്നത്. വനിതകൾക്കായുള്ള മറ്റു വസ്ത്രങ്ങൾ, കിടക്കവിരികൾ, തലയണയുറകൾ, മേശവിരിപ്പുകൾ, സഞ്ചികൾക്കുള്ള തുണികൾ തുടങ്ങിയവയും ഇവിടെ നെയ്യുന്നുണ്ട്. പോച്ചംപള്ളി ഡിസൈനിലുള്ള തുണിത്തരങ്ങളാണ് എല്ലാം എന്നുമാത്രം.

'ഇക്കട്ട്' എന്നാൽ 'ടൈ ആൻഡ് ഡൈ' എന്നർത്ഥം. തുണി നിർമ്മിച്ചശേഷം കെട്ടുകളുണ്ടാക്കി ഡൈ ചെയ്യുകയല്ല ഇവിടെ. പ്രത്യേകമായി തയ്യാറാക്കിയ നൂൽച്ചുരുളുകളിൽ അങ്ങിങ്ങു കറുത്ത നൂലുകൾ കൊണ്ടു കെട്ടുണ്ടാക്കി നെയ്തെടുക്കേണ്ട ഡിസൈനിന് അനുസൃതമായി ചായത്തിൽ മുക്കുകയാണ്. തീരെ ചെറിയ കെട്ടുകളുള്ള ഭാഗത്ത് ചായം ഒരു സിറിഞ്ചിലൂടെ കുത്തിവെക്കുന്നു. വീതിയേറിയ ഭാഗം ചൂടുവെള്ളത്തിൽ കലക്കിയ ചായത്തിൽ മുക്കും. കെട്ടുകൾക്കപ്പുറത്ത് അനാവശ്യമായി പറ്റിപ്പിടിച്ചിരിക്കുന്ന ചായങ്ങൾ പ്രത്യേക ലായനിയിൽ അലിയിപ്പിച്ച് കള

യും. പരിശീലനം സിദ്ധിച്ച ഡിസൈനർമാരാണ് ശ്രമകരമായ ഈ ജോലി ചെയ്യുന്നത്.

മുരളിയുടെ നെയ്ത്തുകേന്ദ്രത്തിൽ മഹേഷും വിലാസുമാണ് ഡിസൈനർമാർ. മഹേഷ് ബിരുദധാരിയാണ്. ഡിസൈനിങ്ങിൽ അഞ്ചു മാസത്തെ പരിശീലനം ഇവർ പൂർത്തിയാക്കിയിട്ടുണ്ട്. ഒരു സാരിയുടെ ഡിസൈൻ നൂലിഴകളിലേക്ക് പകർത്തുവാൻ അഞ്ചുമണിക്കൂർ വരെ എടുക്കും. ചായം മുക്കിയ നൂലുകൾ ഉണക്കിക്കഴിഞ്ഞാൽ അവ തറിയിലേക്കു നല്കും. സത്യനാരായണനെപ്പോലെയുള്ള വിദഗ്ദ്ധരായ നെയ്ത്തുകാർ അത് ആരേയും മോഹിപ്പിക്കുന്ന സാരികളാക്കും. അയാളുടെ സഹനെയ്ത്തുകാരിൽ ഒരു വനിതയുമുണ്ട്. അവന്തിക. അവന്തികയുടെ തറിയിൽ ആകാശനീലിമ പടരുന്ന ഒരു പട്ടുസാരി പിറവിയെടുക്കുന്നത് അത്ഭുതത്തോടെ ഞാൻ കണ്ടുനിന്നു.

"പുതിയ തലമുറ ഈ തൊഴിലിൽ താല്പര്യം പ്രകടിപ്പിക്കാറുണ്ടോ?" ഞാൻ സത്യനാരായണനോടു ചോദിച്ചു.

"ഇല്ലെന്നു തന്നെ പറയാം. പഠിക്കാത്തവർ ചിലരൊക്കെ ഇപ്പോഴും നെയ്ത്തുതൊഴിലിലേക്ക് വരാറുണ്ട്. എന്നാൽ കോളേജിലൊക്കെ പോയിക്കഴിഞ്ഞാൽ പിന്നെ അവർ പുറംലോകത്തേക്കു തൊഴിലന്വേഷിച്ചു പോകുകയാണ്. എന്റെ മകൻ ഡിഗ്രിക്കു പഠിക്കുന്നു. അവന് ഈ തൊഴിൽ ഇഷ്ടമേ അല്ല".

"ഈ പട്ടുസാരി നെയ്യാൻ എത്ര ദിവസമെടുക്കും?"

"നാലു ദിവസം. ഒരു മാസം ഏഴു സാരികൾ നെയ്യും. ഒരു സാരിക്ക് 5000 മുതൽ 7000 വരെ വില വരും. കടകളിൽ എത്തുമ്പോൾ അതിനു മുകളിൽ രണ്ടായിരമോ അതിലധികമോ വരാം. ഒരു സാരി നെയ്യുമ്പോൾ എനിക്ക് 1000 രൂപ കൂലി കിട്ടും."

ഞാൻ കണക്കുകൂട്ടി. സത്യനാരായണന് ഒരു മാസം മുഴുവൻ പണി ചെയ്താൽ ഏഴായിരം രൂപ കിട്ടാം. ഇക്കാലത്ത് എത്രയോ തുച്ഛമായ വേതനം! അതുതന്നെയാകാം പുതിയ തലമുറയെ ഈ തൊഴിലിലേക്ക് ആകർഷിക്കാത്തതും. എങ്കിലും സത്യനാരായണൻ സന്തോഷവാനായിരുന്നു.

"ഞാൻ സംതൃപ്തനാണു സാർ. പരമ്പരാഗതമായ ഈ തൊഴിൽ ദൈവദത്തമാണ്. തലമുറകളിലൂടെ പകർന്നുകിട്ടിയ കലാപാരമ്പര്യം. എന്റെ പാരമ്പര്യം ഏറ്റെടുക്കാൻ കുടുംബത്തിൽ നിന്നാരുമില്ലല്ലോ എന്ന ദുഃഖം മാത്രമേ എനിക്കുള്ളൂ."

സത്യനാരായണൻ പെട്ടെന്ന് മൗനത്തിന്റെ ശിരോവസ്ത്രമെടുത്തണിഞ്ഞു. ഓർമ്മകളിൽ അയാൾ സ്വയം നഷ്ടപ്പെടുന്നുവെന്നു തോന്നി. ഒരുപക്ഷേ, പിതൃമഹാനിരകൾ അയാളുടെ കണ്ണുകൾക്കു മുമ്പിൽ നിരന്നിട്ടുണ്ടാകാം.

മുരളിയോടും സത്യനാരായണനോടുമൊക്കെ യാത്ര പറഞ്ഞു ഞാൻ വീണ്ടും പോച്ചംപള്ളിയുടെ തെരുവിലെത്തി. വസ്ത്രശാലക

ളൊക്കെ തുറന്നു കഴിഞ്ഞിരിക്കുന്നു. ഒരു നെയ്ത്തു ഗ്രാമത്തിനു യോജിച്ച തരത്തിലുള്ള വലിയ വസ്ത്രശാലകളൊന്നും കാണാൻ കഴിഞ്ഞില്ല. നഗരത്തിൽനിന്നും വന്ന ചിലരൊക്കെ സാരിയും തുണിത്തരങ്ങളും വാങ്ങുന്നുണ്ട്.

തെരുവിൽ നടക്കുന്ന തദ്ദേശിയരായ സ്ത്രീകളെ ഞാൻ ശ്രദ്ധിച്ചു. അവരാരും പോച്ചംപള്ളിയിൽ നെയ്ത സാരിയുടുക്കുന്നതായി കണ്ടില്ല. എല്ലാവരുടേയും വേഷം വിലകുറഞ്ഞ നൈലക്സ് സാരികളാണ്. അവർ തന്നെ നെയ്ത സാരികളുടുക്കുവാനുള്ള നിയോഗം പോച്ചംപള്ളിക്കു പുറത്തെ സ്ത്രീകൾക്കായിരിക്കും. ഇത്രയും വില കൂടിയ സാരികൾ അവർക്ക് അണിയാനാവില്ലല്ലോ എന്നോർമ്മിച്ചപ്പോൾ വല്ലാത്ത ദുഃഖം തോന്നി. എല്ലാ നെയ്ത്തുഗ്രാമങ്ങളുടെയും ദുർവ്വിധിയായിരിക്കുമിത്.

പ്രധാന തെരുവുവിട്ട് ഞാൻ സമാന്തരമായ ഒരു ഇടവഴിയിലൂടെ നടന്നു. വഴിക്കിരുപുറവുമുള്ള വീടുകളിലൊക്കെ തറികളാണ്. വീട്ടിലെ അംഗങ്ങൾ തന്നെയാണ് നെയ്ത്തുശാലയിലെ ജോലിക്കാരും.

ഒരു വീട്ടിലേക്ക് ഞാൻ കയറി. ധനഞ്ജയന്റെ വീടായിരുന്നു അത്. വീടിന്റെ നടുത്തളത്തിലും പൂമുഖത്തിന്റെ വശത്തുമാണ് മൂന്നുതറികൾ സ്ഥാപിച്ചിട്ടുള്ളത്. ധനഞ്ജയന് എഴുപതുവയസ്സായിക്കാണും. അയാളും രണ്ടുമക്കളും സാരി നെയ്യുന്നു. അമ്മ നാഗമ്മ ചർക്കയിൽ നൂൽ കോർക്കുന്നു. മൂത്തമകൻ മഹേന്ദ്രനാണ് നൂലിൽ ഡിസൈൻ ഒരുക്കുന്നത്. മഹേന്ദ്രന്റെ മകൻ നാഗേഷ് ബി കോം വിദ്യാർത്ഥിയാണ്. നാഗേഷിന് എം ബി എക്കാരൻ ആകണമെന്നാണ് ആഗ്രഹം. മകൻ പരമ്പരാഗത കുലത്തൊഴിലിലേക്ക് വരാത്തതിൽ മഹേന്ദ്രനു വിഷമമുണ്ട്.

'ധരണി സിൽക്സ് ആൻഡ് കോട്ടൺസ്' എന്ന വസ്ത്രശാലയിൽ കയറിയത് മനസ്സിനിണങ്ങിയ സാരി വല്ലതും കിട്ടുമോ എന്നു നോക്കാനാണ്. സാരികൾ വാങ്ങുകയും ചെയ്തു. കടയുടെ പുറത്തിറങ്ങിയപ്പോൾ തുണിയെടുത്തു കൊടുക്കുവാൻ നിന്നിരുന്നയാൾ കൂടെയെത്തി, അയാൾ സ്വയം പരിചയപ്പെടുത്തി.

"എന്റെ പേര് നരസിംഹൻ. തൊഴിലാളി പ്രവർത്തകനാണ്. സി പി ഐക്കാരാണ് ഞങ്ങൾ പോച്ചംപള്ളിയിൽ കൂടുതലും."

ഞാൻ കേരളത്തിൽ നിന്നാണെന്ന് ഇടയ്ക്കെപ്പോഴോ പറഞ്ഞത് നരസിംഹൻ ഓർമ്മിച്ചുവച്ചുകാണും. കമ്യൂണിസ്റ്റുകാരുടെ കേരളത്തിൽ നിന്നെത്തിയ എന്നെ അതുകൊണ്ടായിരിക്കാം ആരാധനയോടെ നരസിംഹൻ നോക്കി നിന്നതും പരിചയപ്പെടാനെത്തിയതും.

പോച്ചംപള്ളിയിൽ ഇനിയും കാഴ്ചകളേറെയുണ്ട്. ആചാര്യ വിനോബാഭാവെയുടെ ആശ്രമം ലളിതസുന്ദരമാണ്. ഭൂദാനപ്രസ്ഥാനത്തിന്റെ ഓർമ്മകളുണർത്തുന്ന ഈ സ്മാരകമന്ദിരത്തിനരികിൽ വിനോബാഭാവെയുടെയും ഭൂദാനത്തിനു തുടക്കമിട്ട വെദിരെ രാമചന്ദ്രറെഡ്ഡിയുടെയും പ്രതിമകളുണ്ട്. പ്രസ്ഥാനത്തിന്റെ മായാത്ത ഓർമ്മക്കായി ഒരു സ്തൂപവും, ടൂറിസം കോംപ്ലക്സിലെ 'ഇക്കട്ട്' നെയ്ത്തുമ്യൂസിയവും, 'ഇക്കട്ട്'

നെയ്ത്തിൽ പരിശീലനം നല്കുന്ന ചെനേത ഗുരുകുലവും, 80 വർഷം പഴക്കവും 101 വാതിലുകളുമുള്ള വലിയ ബംഗ്ലാവുമൊക്കെ പോച്ചംപള്ളിയിലെത്തുന്ന സന്ദർശകർക്കു പ്രിയപ്പെട്ടവയാണ്.

എങ്കിലും മുരളിയുടെയും ധനഞ്ജയന്റെയും തറികളായിരുന്നു എനിക്കേറെ പഥ്യം. പട്ടിലും പരുത്തിയിലും മുഗ്ദ്ധസൗന്ദര്യം വിടർത്തുന്ന തറികളിലെ കലാകാരന്മാരുടെ സഹവാസം അപൂർവ്വതയേകിയ ഒരു പകലിന്റെ ധന്യത!

ഭൂദാൻ പോച്ചംപള്ളിയിൽനിന്നും മടങ്ങാനേ തോന്നിയില്ല. പോച്ചംപള്ളിയിലെ സാരികളെപ്പോലെ തന്നെ അവിടുത്തെ ഓരോ മനുഷ്യരും എനിക്കു പ്രിയപ്പെട്ടവരായിക്കഴിഞ്ഞിരുന്നു.

ആഷാഢമേഘങ്ങൾ താല്ക്കാലികമായി ഒഴിഞ്ഞ ആകാശത്തിനു കീഴെ വെങ്കിടേശ്വര ഹോട്ടലിന്റെ പാർശ്വത്തിലുള്ള ബസ്സ്റ്റോപ്പിൽ ഹൈദരാബാദ് ബസിനായി ഞാൻ കാത്തുനിന്നു.

ബുദ്ധസന്ധ്യ

ഹുസൈൻ സാഗറിലെ ശ്രീബുദ്ധൻ

ഹുസൈൻസാഗർ വെറുമൊരു തടാകമല്ല. അതു ലോകത്തിന്റെ ഹൃദയമാണ്. ഒരു നഗരത്തിന്റെ ചരിത്രസാക്ഷ്യമാണ്. ഒരു തീർത്ഥസ്ഥാനത്തിന്റെ സാന്ത്വനമാണ്. തഥാഗത സാമിപ്യമാണ്.

ആഷാഢമേഘങ്ങൾ വിങ്ങിനില്ക്കുന്ന ഒരു സായന്തനത്തിൽ ഹൈദരാബാദ് നഗരത്തിലെ ഹുസൈൻ സാഗറിന്റെ കരയിൽ ടാങ്ക് ബണ്ട് റോഡിന്റെ ഇങ്ങേത്തലയ്ക്കൽ ടാക്സിയിലിറങ്ങുമ്പോൾ ഒരു ബുദ്ധസ

ന്ധ്യയിലേക്കാവും ഞാനെത്തിച്ചേരുക എന്നു നിനച്ചിരുന്നില്ല. അല്ലെങ്കിൽ തന്നെ യാത്രയിലെല്ലാം വന്നുഭവിക്കുകയല്ലേ? സ്ഥലകാലങ്ങളുടെ വിശുദ്ധ പൂർണ്ണിമയിൽ വിടരുന്ന മന്ദാരങ്ങളല്ലേ ഒരർത്ഥത്തിൽ എല്ലാ യാത്രകളും? പല കാലങ്ങളിൽ ഹുസൈൻ സാഗറിന്റെ കരയിലെത്തിയിരുന്നിട്ടും മുമ്പൊരിക്കൽപ്പോലും തഥാഗതസവിധത്തിൽ എനിക്കെത്താൻ കഴിയാതിരുന്നതും നിയോഗങ്ങളുടെ മാന്ത്രികതയായിരിക്കാം.

ടാങ്ക് ബണ്ട് റോഡിലൂടെ തടാകത്തിന്റെ ഓരം ചേർന്ന് ഞാൻ നടന്നു. തടാകമദ്ധ്യത്തിലെ ബുദ്ധൻ ഒരു വശം തിരിഞ്ഞാണ് നില്ക്കുന്നത്. അതിനാൽ ബുദ്ധന്റെ മുഖം കാണണമെങ്കിൽ ടാങ്ക് ബണ്ട് റോഡിന്റെ മദ്ധ്യഭാഗത്തെങ്കിലുമെത്തണം. ഹൈദരാബാദിലെ ഒരു വെള്ളപ്പൊക്കത്തിനുശേഷം റോഡുകൾ ഗതാഗതയോഗ്യമായിട്ടു രണ്ടു ദിവസമേ ആകുന്നുള്ളൂ. ടാങ്ക് ബണ്ട് റോഡും തടാകപരിസരവും വൃത്തിയാക്കുന്ന ജോലിയിൽ ഏർപ്പെട്ടിരിക്കുന്ന ശുചീകരണസേന. റോഡിന്റെ നടപ്പാതയിൽ അങ്ങിങ്ങു ചെളിയും വെള്ളവും കെട്ടിനിന്നിരുന്നു.

ഹുസൈൻ സാഗർ ഒരു കൃത്രിമ തടാകമാണ്. ഇബ്രാഹിം ക്വിലി കുത്തബ്ഷായുടെ ഭരണകാലത്ത് 1563 ൽ 5.7 ചതുരശ്ര കി മി വിസ്തൃതിയിൽ പൊതുജനങ്ങൾക്ക് ജലസേചനാർത്ഥം നിർമ്മിച്ച കൂറ്റൻ തടാകമാണിത്. മുസിനദിയിൽനിന്നും കനാലുകൾ വഴിയാണ് തടാകത്തിൽ വെള്ളമെത്തുന്നത്. തടാകത്തിന്റെ കൂടിയ ആഴം 32 അടിയാണത്രേ. തടാകത്തിനു രൂപകല്പന നല്കിയ സൂഫിസന്ന്യാസിയും ഭിഷഗ്വരനുമായിരുന്ന ഹസ്രത്ത് ഹുസൈൻഷാ വാലിയുടെ സ്മരണാർത്ഥമാണ് ഇതിന് ഹുസൈൻ സാഗർ എന്ന് കുത്തബ്ഷാ നാമകരണം ചെയ്തത്. കുത്തബ്ഷാ ഒരിക്കൽ രോഗം ബാധിച്ച് മരണാസന്നനായി കിടന്നപ്പോൾ അദ്ദേഹത്തെ ചികിത്സിച്ച് ജീവിതത്തിലേക്കു മടക്കിക്കൊണ്ടുവന്ന ഹുസൈൻഷായോട് തീർത്താൽ തീരാത്തത്ര കടപ്പാടുണ്ടായിരുന്നിരിക്കണം സുൽത്താന്.

ഹുസൈൻ സാഗർ തടാകത്തിന് വലിയൊരു പ്രാധാന്യം കൂടിയുണ്ട്. ഇതിന് സ്നേഹത്തിന്റെ പ്രതീകമായ ഹൃദയത്തിന്റെ ആകൃതിയാണുള്ളത്. ഹൃദയത്തിന്റെ അടയാളത്തിലുള്ള ലോകത്തിലെ ഏറ്റവും വലിയ തടാകമെന്ന ഖ്യാതി ഇതിനുണ്ട്. അതിനാൽ ഐക്യരാഷ്ട്രസഭയുടെ കീഴിലുള്ള ലോക ടൂറിസം സംഘടന (UNWTO) 2012 സെപ്തംബർ 27 ന് ഹുസൈൻ സാഗർ തടാകത്തിന് 'ലോകത്തിന്റെ ഹൃദയ'മെന്നു പേരിട്ടു.

ടാങ്ക് ബണ്ട് റോഡിന്റെ പകുതിയോളം നടന്ന് ബുദ്ധവിഗ്രഹത്തിന്റെ ദൂരക്കാഴ്ചയിൽ ലയിച്ചുനിന്ന നിമിഷങ്ങൾക്ക് കനം വച്ചു. ഹുസൈൻ സാഗറിന്റെ മദ്ധ്യത്തിലുള്ളത് ഒറ്റശിലയിൽ കൊത്തിയ ലോകത്തിലെ ഏറ്റവും ഉയരം കൂടിയ ബുദ്ധപ്രതിമയാണ്. 58 അടി ഉയരവും 350 ടൺ ഭാരവുമുള്ള ആ കൂറ്റൻ പ്രതിമയുടെ നിർമ്മാണത്തിനു പിന്നിലും ഒരു ഭരണാധികാരിയുടെ ദീർഘസ്വപ്നമുണ്ട്.

1983 മുതൽ 1989 വരെ ആന്ധ്രാപ്രദേശിന്റെ മുഖ്യമന്ത്രിയായിരുന്നു, ചലച്ചിത്രതാരമായിരുന്ന എൻ ടി രാമറാവു. അദ്ദേഹത്തിന്റെ സ്വപ്ന പദ്ധ

തിയായിരുന്നു ബുദ്ധപ്രതിമാ നിർമ്മാണം. തന്റെ ഭരണകാലത്ത് അദ്ദേഹം ഒരിക്കൽ ന്യൂയോർക്ക് സന്ദർശിക്കുകയുണ്ടായി. എല്ലീസ് ദ്വീപിലെ ശില്പ വിസ്മയമായ 'സ്റ്റാച്യു ഓഫ് ലിബർട്ടി'യും അതു പരിരക്ഷിക്കുന്ന ചിട്ടയായ സംവിധാനവും എൻ ടി രാമറാവുവിനെ അത്ഭുതസ്തബ്ധനാക്കി. തന്റെ നാട്ടിലും അത്തരമൊരു പ്രതീകം ഉയരണമെന്ന ആഗ്രഹം അപ്പോൾ തന്നെ അദ്ദേഹത്തിൽ മുളപൊട്ടി. നമ്മുടെ ദേശത്തിന്റെ ഐശ്വര്യത്തെയും സംസ്കാരത്തെയും പൈതൃകത്തെയും അടയാളപ്പെടുത്തുന്ന ഒന്നായിരിക്കണം അതെന്നും അദ്ദേഹം മനസ്സിലുറപ്പിച്ചു.

പ്രതിമയ്ക്കായി ശ്രീബുദ്ധനെ തെരഞ്ഞെടുക്കുവാൻ കാരണമെന്താണെന്ന് അന്നൊരിക്കൽ ഒരു പത്രലേഖകൻ ചോദിച്ചപ്പോൾ എൻ ടി രാമറാവുവിന്റെ മറുപടി ഇങ്ങനെയായിരുന്നു. "താൻ കണ്ടെത്തിയ സത്യം മുഴുവൻ ലോകത്തോടു വിളിച്ചുപറഞ്ഞ മനുഷ്യസ്നേഹിയായിരുന്നു ബുദ്ധൻ. വിശ്വസമാധാനത്തിന്റെ സന്ദേശം പ്രചരിപ്പിച്ച ഗൗതമബുദ്ധൻ ഭാരതസംസ്കാരത്തിന്റെ പ്രതീകമാണ്."

പിന്നീട് എൻ ടി രാമറാവു ഒറ്റക്കല്ലിൽ ബുദ്ധവിഗ്രഹം കൊത്തിയെടുക്കാവുന്ന ശിലയുടെ അന്വേഷണത്തിലായി. ഹൈദരാബാദിൽ നിന്നും 46 കി മീ അകലെ നൽഗോണ്ട ജില്ലയിലെ ഭോംഗീറിൽ റായ്ഗിരി എന്നസ്ഥലത്ത് അനുയോജ്യമായ ഒരു പാറ കണ്ടെത്തി. പ്രതിമയുടെ രൂപകല്പനയ്ക്കായി ഒരു വർഷത്തോളമെടുത്തു. 1986 ഒക്ടോബറിൽ ശില്പത്തിന്റെ നിർമ്മാണം തുടങ്ങി. എസ് എം ഗണപതി സ്ഥപതി എന്ന മുഖ്യശില്പിയുടെ നേതൃത്വത്തിൽ നൂറുക്കണക്കിനു ശില്പികൾ നാലു വർഷത്തിലേറെ പ്രതിമയുടെ നിർമ്മിതിയിലേർപ്പെട്ടു. 1990 ന്റെ ആരംഭത്തോടെ ശില്പം പൂർത്തിയായി.

ബുദ്ധപ്രതിമ സ്ഥാപിക്കുന്നതിനായി തടാക മദ്ധ്യത്തിൽ 15 അടി ഉയരമുള്ള ഒരു കോൺക്രീറ്റ് പ്ലാറ്റ്ഫോം ഉണ്ടാക്കി. ഇപ്പോഴത് 'ജിബ്രാൾട്ടർ റോക്ക്' എന്നാണ് അറിയപ്പെടുന്നത്. 1989 ൽ എൻ ടി രാമറാവു മന്ത്രിസഭ നിലംപതിച്ചു. തുടർന്നുവന്ന മുഖ്യമന്ത്രിയുടെ നേതൃത്വത്തിൽ ജിബ്രാൾട്ടർ റോക്കിൽ പ്രതിമ സ്ഥാപിക്കുന്നതിനുള്ള തയ്യാറെടുപ്പു തുടങ്ങി. എ ബി സി എന്ന പ്രാദേശിക കമ്പനിക്കായിരുന്നു പ്രതിമ സ്ഥാപിക്കുന്നതിന്റെ ചുമതല. പ്രതിമ കൊണ്ടുവരുന്നതിനായി നഗരത്തിലേക്കുള്ള റോഡുകളുടെ വീതി കൂട്ടി. പ്രത്യേകമായി നിർമ്മിച്ച 192 ചക്രങ്ങളുള്ള ഒരു വമ്പൻ ട്രെയിലറിൽ ബുദ്ധശില്പം ശ്രമകരമായി ഹുസൈൻ സാഗറിന്റെ കരയിലെത്തിച്ചു. 1990 മാർച്ച് 10 ന് വലിയൊരു ബാർജിന്റെ മുകളിലേക്ക് പ്രതിമ മാറ്റി. ഹുസൈൻ സാഗറിന്റെ മദ്ധ്യഭാഗത്തേക്ക് കഷ്ടിച്ച് തൊണ്ണൂറുമീറ്റർ പോയപ്പോഴേക്കും ബാർജ് മറിഞ്ഞ് പ്രതിമ തടാകത്തിൽ പതിച്ചു. അപ്രതീക്ഷിതമായ ദുരന്തത്തിൽ പത്തു പേർ കൊല്ലപ്പെടുകയും ചെയ്തു.

പ്രതിമ ഉയർത്തുവാനുള്ള അത്യദ്ധ്വാനം രണ്ടു വർഷത്തോളം തുടർന്നു. ഒടുവിൽ 1992 ഡിസംബർ 1 ന് പ്രതിമ ജിബ്രാൾട്ടർ റോക്കിൽ സ്ഥാപിക്കുവാൻ കഴിഞ്ഞു. 2006 ൽ ദലൈലാമ ഔപചാരികമായി പ്രതി

മയുടെ പവിത്രീകരണം നടത്തി. അതോടെ ജിബ്രാൾട്ടർ റോക്കിനും ഗൗതമബുദ്ധ പ്രതിമയ്ക്കും വിശുദ്ധിയുടെ പരിവേഷം ലഭിക്കുകയായിരുന്നു.

ടാങ്ക് ബണ്ട് റോഡിന്റെ ഉയരത്തിൽനിന്നും നോക്കുമ്പോൾ ജിബ്രാൾട്ടർ റോക്കിന് ഒരു ദ്വീപിന്റെ ചാരുത. റോക്കിനു ചുറ്റുമുള്ള മൺതുരുത്തിൽ കുറ്റിച്ചെടികളും പൂക്കളും. ബുദ്ധദ്വീപിന്റെ ജട്ടിയിൽ സന്ദർശക ബോട്ടുകൾ വന്നടുക്കുന്നു. അവിടെനിന്നും ദ്വീപിലേക്കു നടന്നു നീങ്ങുന്ന സന്ദർശകർ പൊട്ടുപോലെ തോന്നിച്ചു.

ഇന്നത്തെ തെലങ്കാന ജില്ലയിൽ പെടുന്ന സെക്കന്തറാബാദിനെയും ഹൈദരാബാദിനെയും കൂട്ടിയിണക്കുന്നതാണ് ടാങ്ക് ബണ്ട് റോഡ്. ഹൈദരാബാദ് ഡക്കാൻ പ്രവിശ്യയുടെ പ്രധാനമന്ത്രിയായിരുന്ന മിർസാ ഇസ്മയിൽ ആണ് 1946 ൽ റോഡിന് ആദ്യമായി വീതികൂട്ടുന്നത്. എന്നാൽ ഇന്നു കാണുന്ന രീതിയിൽ റോഡ് ആധുനികവല്ക്കരിച്ചതും തടാകത്തിനെതിരെയുള്ള വശത്ത് ചെറിയ ഉദ്യാനങ്ങളും അതിനു നടുവിൽ ആന്ധ്രാസംസ്ഥാനത്തെ പ്രശസ്തരുടെ പ്രതിമകൾ സ്ഥാപിച്ചതും മുഖ്യമന്ത്രിയായിരുന്ന എൻ ടി രാമറാവു ആയിരുന്നു. ഇത്തരത്തിലുള്ള 34 പ്രതിമകൾ ടാങ്ക് ബണ്ട് റോഡിന്റെ പ്രത്യേക ആകർഷണമാണ്. ത്യാഗരാജ സ്വാമികൾ, സർവ്വേപ്പള്ളി രാധാകൃഷ്ണൻ, മത്നൂറി കൃഷ്ണറാവു, ശ്രീരംഗം ശ്രീനിവാസറാവു, കൃഷ്ണദേവരായർ, അന്നമാചാര്യ തുടങ്ങിയ മഹാന്മാരെ പുതുതലമുറയ്ക്ക് പരിചയപ്പെടുത്തി കൊടുക്കുക കൂടിയാണ് ഈ പ്രതിമകൾ.

ടാങ്ക് ബണ്ട് റോഡിലെ സായാഹ്നത്തിന്റെ ഇലകളിൽ ചവിട്ടി അതിന്റെ തുടക്കത്തിലുള്ള ‘ലുംബിനി’ പാർക്കിലേക്ക് ഞാൻ നടന്നു. പാർക്കിലെ ജട്ടിയിൽനിന്നാണ് ബുദ്ധപ്രതിമ നില്ക്കുന്ന ജിബ്രാൾട്ടർ റോക്കിലേക്കുള്ള സന്ദർശക ബോട്ടുകൾ പുറപ്പെടുന്നത്. ശ്രീബുദ്ധന്റെ ജന്മസ്ഥലമായ ലുംബിനിയുടെ പേരു നല്കിയിരിക്കുന്ന പാർക്കിന് പക്ഷേ, ബുദ്ധസ്പർശം ഒട്ടുമില്ല. ഏഴര ഏക്കറിൽ വ്യാപിച്ചു കിടക്കുന്ന ഒരു പാർക്ക് 1985 ലെ ബുദ്ധ പൂർണ്ണിമാ പദ്ധതിയുടെ ഭാഗമായാണ് നിർമ്മിച്ചത്. ഒരു സാധാരണ പാർക്കിന്റെ എല്ലാ കൗതുകങ്ങളുമായി മുതിർന്നവരെയും കുട്ടികളെയും ഒന്നുപോലെ അതാകർഷിക്കുന്നു. പാർക്കിനുള്ളിലെ ആഡിറ്റോറിയത്തിൽ ഹൈദരാബാദിന്റെയും വിശിഷ്യ ഹുസൈൻ സാഗറിന്റെയും ചരിത്രം ദൃശ്യവല്ക്കരിച്ചിരിക്കുന്ന ലേസർ ഷോ വിജ്ഞാനപ്രദമാണ്. തടാകത്തിലേക്കു മുഖം നോക്കുന്ന ലുംബിനി പാർക്കിന്റെ തീരം കാല്പനികത നിറഞ്ഞ ഒരു സായാഹ്നം ചെലവിടാനെത്തുന്ന സന്ദർശകരുടെ കാരുണ്യമാണ്.

ലുംബിനി പാർക്കിൽ ആദ്യമായെത്തുന്ന ആരും ബുദ്ധപ്രതിമ സന്ദർശിക്കാതെ മടങ്ങാറില്ല. ഇടവേളകളിൽ ജട്ടിയിൽനിന്നും ബോട്ടുകൾ പുറപ്പെടുന്നു. സായാഹ്നമായതിനാൽ ജട്ടിയിൽ തിരക്കേറിയിരുന്നു. എങ്കിലും വലിയ ബോട്ടായതിനാൽ ധാരാളം പേർക്ക് അതിൽ കയറാം. ജട്ടിയിൽനിന്നു ജിബ്രാൾട്ട് റോക്കിലെത്താൻ പത്തുമിനിറ്റിൽ താഴയേ എടുക്കൂ.

ശിലാചിത്രത്തിലെ ബൗദ്ധകഥകൾ

തഥാഗത സന്നിധിയിലേക്കുള്ള ഹ്രസ്വമായ യാത്ര അവിസ്മരണീയമായ ഒരനുഭവമാണ്. ദൂരെനിന്നും ചെറുതായി തോന്നിക്കുന്ന ബുദ്ധപ്രതിമ അടുത്തെത്തുമ്പോഴേക്കും ഭീമാകാരമായി അനുഭവപ്പെടുന്നു എങ്കിലും ഓരോ നിമിഷവും ബുദ്ധനിലേക്ക് ഒരു മാസ്മരികതയിലെന്ന പോലെ അടുക്കുന്ന പ്രതീതി. പ്രത്യേകിച്ചും നിറങ്ങളുടെ നിറമാല ചാർത്തി നില്ക്കുന്ന സന്ധ്യയുടെ ആകാശത്തിനു കീഴിൽ ബോട്ടിന്റെ ഗതിവ്യത്യാസത്തിനനുസരിച്ച് ബുദ്ധശിരസ്സ് ഭ്രമണപഥത്തിൽ മെല്ലെ ചുറ്റിത്തിരിയും പോലെ.

ജിബ്രാൾട്ടർ റോക്കിൽ ബോട്ടിൽ നിന്നുമിറങ്ങുമ്പോൾ സൂര്യവെളിച്ചം മങ്ങിത്തുടങ്ങിയിരുന്നു. മുന്നിൽ മാനം മുട്ടെ വളർന്നു നില്ക്കുന്ന ബുദ്ധശില്പം. മേഘപാളികൾ ബുദ്ധന്റെ ശിരസ്സിനെ നമിച്ചുകടന്നുപോകുന്നു. പ്രതിമയ്ക്കു താഴെ ബുദ്ധമന്ത്രങ്ങൾ കൊത്തിവച്ചിരിക്കുന്നു: “ബുദ്ധം ശരണം ഗച്ഛാമി, സംഘം ശരണം ഗച്ഛാമി, ധർമ്മംശരണം ഗച്ഛാമി.” വലിയ കല്പാളികളിൽ ശാക്യമുനിയുടെ ജീവിത സന്ദർഭങ്ങളെ ആവാഹിച്ച ശിലാചിത്രങ്ങൾ.

ബുദ്ധമന്ത്രങ്ങൾ ഉരുവിട്ടുകൊണ്ട് ഞാൻ തഥാഗതനെ പ്രദക്ഷിണം വച്ചു. അലൗകികമായ ഒരു ശാന്തി ഈ ബുദ്ധസന്ധ്യയിൽ ഞാൻ അനുഭവിക്കുന്നു. നഗരവും നഗരത്തെരുവുകളും കാമനകൾ നിറയുന്ന മനസ്സുമൊക്കെ എന്നിൽനിന്നും അപ്രത്യക്ഷമാകുന്നു. ജിബ്രാൾട്ടർ ദ്വീപിൽ സഞ്ചാരികളുടെ ബാഹുല്യമാണെങ്കിലും ഞാനവരെ ആരെയും കാണുന്നില്ല. ബുദ്ധസന്ധ്യയുടെ ഏകാന്തതയിൽ അപരിമേയമായ ശാന്തിയുടെ തിരത്തൊട്ടിലിൽ കുഞ്ഞുമേഘം കണക്കെയായി ഞാൻ. തഥാഗത മൗനത്തിന്റെ പൊരുളുകൾ ഞാൻ അറിഞ്ഞുതുടങ്ങുകയായിരുന്നു.

ഗോൽക്കൊണ്ടയുടെ ഹൃദയത്തിൽ

പ്രശസ്ത ആംഗലേയ കവിയായിരുന്ന ജോൺ കീറ്റ്സിന്റെ 'On receiving a curious shell 'എന്ന കവിത തുടങ്ങുന്നത് ഇങ്ങനെയാണ്.

'Hast thou from the caves of Golkonda, a gem pure as the ice-drop that froze on the mountain' ഗോൽക്കോണ്ടയിൽ നിന്നെത്തിയ മനോഹരമായ രത്നക്കല്ലിനെയാണ് ഇംഗ്ലീഷിന്റെ വാനമ്പാടി വാഴ്ത്തുന്നത്!

ഗോൽക്കൊണ്ടയുടെ ആഷാഢാകാശത്തിനു കീഴെ നില്ക്കുമ്പോൾ എന്റെ മനസ്സിൽ തെളിഞ്ഞത് കീറ്റ്സിന്റെ ഈ വരികളാണ്. ഗോൽക്കൊണ്ട ഒരു സാമ്രാജ്യത്തിന്റെ തലസ്ഥാനമായിരുന്നുവെന്നും ചരിത്രനഗരിയാണെന്നുമുള്ള അറിവിനുമപ്പുറം ഇത് അമൂല്യമായ വജ്രക്കല്ലുകളുടെ കലവറയായിരുന്നു എന്ന ബോധത്തിലേക്കാണ് കീറ്റ്സിന്റെ വരികൾ എന്നെ നയിച്ചത്!

വജ്രക്കല്ലുകളിലെ രാജ്ഞിമാരായ ഡാറിയാ-ഐ-നൂർ-ഉൽ-ഐൻ, കോഹ്-ഇ-നൂർ, ഹോപ്പ്, പ്രിൻസി, റീജന്റ് തുടങ്ങിയവയൊക്കെ ഗോൽക്കൊണ്ടയിലെ ഖനികളുടെ ധാരാളിത്തത്തിൽനിന്നും സ്വതന്ത്രമായി രത്നങ്ങളുടെ ലോകത്ത് വിസ്മയങ്ങൾ സൃഷ്ടിച്ചവയായിരുന്നു എന്ന അറിവ് എന്നിൽ ഉൾപ്പുളകങ്ങൾ വിരിയിച്ച സുവർണ്ണ നിമിഷങ്ങൾ!

ഒരിക്കൽ ഗോൽക്കൊണ്ടയിലായിരുന്നു ലോകത്തെ ഏറ്റവും വില കൂടിയ രത്നങ്ങൾ വിളഞ്ഞിരുന്നത്. ഗോൽക്കൊണ്ടയിലെ കോട്ട വിശ്വം മുഴുവൻ ഖ്യാതികേട്ട രത്നവ്യാപാരകേന്ദ്രമായിരുന്നുവത്രേ.

ഇന്നു ഗോൽക്കൊണ്ടയിൽ ഖനികളില്ല. തകർന്നടിഞ്ഞ കോട്ടകളും കൊട്ടാരാവശിഷ്ടങ്ങളും പള്ളിമിനാരങ്ങളും ചരിത്രത്തിന്റെ തിരുശേഷിപ്പുകളും മാത്രം. സാമ്രാജ്യങ്ങളുടെയും സുൽത്താൻമാരുടെയും കഥ

പറയുന്ന കൽക്കെട്ടുകളും കമാനങ്ങളും അകത്തളങ്ങളും കല്പടവുകളും, ഇരുൾ തളം കെട്ടിനില്ക്കുന്ന ഇടനാഴികളും മാത്രം.

ഹൈദരാബാദ് നഗരത്തിൽനിന്നും 11 കി മി പടിഞ്ഞാറുമാറിയാണ് ഗോൽക്കൊണ്ട. 10 കി മി ദൈർഘ്യമുള്ള കോട്ടയാൽ ചുറ്റപ്പെട്ട ആ സമുച്ചയം ഒരിക്കൽ ഗോൽക്കൊണ്ട സാമ്രാജ്യത്തിന്റെ തലസ്ഥാനമായിരുന്നു. ഗോൽക്കൊണ്ടയ്ക്ക് രണ്ടു പേരുകൾ കൂടിയുണ്ട്. 'വൃത്താകൃതിയിലുള്ള കുന്ന്' എന്നർത്ഥം വരുന്ന 'ഗോൽക്കൊണ്ടയും 'ഇടയന്റെ കുന്ന്' എന്ന അർത്ഥമുള്ള 'ഗൊല്ലാകോണ്ട'യും.

'ഗൊല്ലാ കോണ്ട'യെ ക്കുറിച്ച് ഒരു പുരാവൃത്തം തന്നെയുണ്ട്. പാറകൾ നിറഞ്ഞിരുന്ന ഈ കുന്നിൻമുകളിൽ ഒരു ഇടയബാലൻ ഒരു വിഗ്രഹം കണ്ടുവത്രേ. ഇക്കാര്യം അന്നത്തെ ഭരണാധികാരിയായ കാക്കാത്തിയ രാജവംശത്തിലെ രാജാവിന്റെ ശ്രദ്ധയിൽപ്പെടുകയും അദ്ദേഹം അതിനുചുറ്റും ഒരു മൺക്കോട്ട കെട്ടുകയും ചെയ്തു. അങ്ങനെയത്രേ 'ഗൊല്ലാകോണ്ട'യുടെ ഉത്ഭവം. 1143 ലായിരുന്നു ഈ കോട്ട നിർമ്മാണമെന്ന് അനുമാനിക്കപ്പെടുന്നു.

ഈ കോട്ട പിന്നീടുവന്ന റാണി രുദ്രാമാദേവിയും അതിനുശേഷം പ്രതാപരുദ്രരാജാവും പുതുക്കി ബലപ്പെടുത്തി. പില്ക്കാലത്ത് കോട്ട മുസനൂറി നായ്ക്കന്മാരുടെ കീഴിലായി. 1934 ലെ ഒരു ഉടമ്പടിപ്രകാരം ഗൊല്ലക്കോണ്ട ബ്രഹ്മാനി സുൽത്താന്മാർക്കു സ്വന്തമായി. ഗോൽക്കോണ്ട പ്രതാപത്തിന്റെ നെറുകയിലെത്തിയത് ഈ കാലത്തായിരുന്നു. ബ്രഹ്മാനി സാമ്രാജ്യത്തിന്റെ ഗവർണ്ണറായി ഇവിടെ എത്തിയ കിലി കുത്തബ്-ഉൾ-മുൽക്ക് ക്രമേണ ബ്രഹ്മാനി സാമ്രാജ്യത്തിൽ നിന്നും

ഗോൽക്കൊണ്ട കോട്ട (പ്രവേശന കവാടം)

സ്വതന്ത്രമാകുകയും 1538 ൽ കുത്തബ് ഷാഹിരാജവംശം സ്ഥാപിച്ചു കൊണ്ട് ഗോൽക്കൊണ്ട കേന്ദ്രമാക്കി തന്റെ രാജ്യം കെട്ടിപ്പടുക്കുകയും ചെയ്തു.

കോട്ടയുടെ പില്ക്കാല പ്രൗഢിയും ഗരിമയും ആദ്യത്തെ മൂന്നു കുത്തബ് ഷാഹി സുൽത്താന്മാരുടെ കാലത്താണ് കൈവരിക്കപ്പെട്ടത്.

1590 ൽ ഹൈദരാബാദിലേക്കു ഭരണസിരാകേന്ദ്രം മാറുംവരെ കുത്തബ് ഷാഹി സാമ്രാജ്യത്തിന്റെ തലസ്ഥാനമായി ഗോൽക്കൊണ്ട വിരാജിച്ചു. പിന്നീടും രാജ്യത്തിന്റെ തന്ത്രപ്രധാനകേന്ദ്രമായി ഇതു വർത്തിച്ചു. 1687 ൽ മുഗൾ സാമ്രാജ്യത്തിലെ അവസാന ചക്രവർത്തിയായ ഔറംഗസീബ് ഏറെക്കാലത്തെ യുദ്ധത്തിനുശേഷം കോട്ട പിടിച്ചടക്കുകയും അത് നശിപ്പിക്കുകയും ചെയ്തു.

ആയിരത്തോളം വർഷങ്ങളിലെ ചരിത്രമുറങ്ങുന്ന കോട്ടയുടെ മുന്നിലാണ് ഞാൻ നില്ക്കുന്നത്! ഒരു കാലത്ത് വജ്രഖനിയുണ്ടായിരുന്നത് ഇന്ത്യയിലെ ഗോൽക്കൊണ്ടയിൽ മാത്രമായിരുന്നു. ലോക വജ്രവ്യാപാരത്തിന്റെ സിരാകേന്ദ്രമായി ഈ നഗരം വളർന്നു. നവോത്ഥാനകാലത്ത് ഇംഗ്ലീഷ് സംസാരിക്കുന്നവരുടെ ഇടയിൽ വജ്രഖനിയുടെ അപരനാമമായിത്തീർന്നു ഗോൽക്കൊണ്ട. പിന്നീടത് സമ്പന്ന നഗരിയുടെ പര്യായമായും മാറി. വജ്രഖനികൾ കുത്തബ് ഷാഹി സുൽത്താന്മാരെ ധനവാന്മാരും പ്രതാപശാലികളുമാക്കി മാറ്റി.

കേന്ദ്രപുരാവസ്തു വകുപ്പിൻകീഴിലെ സംരക്ഷിതസ്മാരകമാണ് ഇന്ന് ഗോൽക്കൊണ്ട കോട്ട സമുച്ചയത്തിന്റെ അവശിഷ്ടങ്ങൾ. ഹൈദരാബാദിലെത്തുന്ന ഏതൊരു സഞ്ചാരിയുടെയും സ്വപ്നമായിരിക്കാം

ബറാദാരി പവിലിയൻ

ഗോൽക്കൊണ്ട എന്നതിൽ തർക്കമില്ല. എന്നാൽ ഗോൽക്കൊണ്ടയെ എല്ലാ അർത്ഥത്തിലും അറിയുവാൻ സഞ്ചാരിയുടെ ഒരു പകൽ മാറ്റി വയ്ക്കേണ്ടിവരും.

പത്തു കി മീ മൊത്തം ദൈർഘ്യമുള്ള നാലു വ്യത്യസ്ത കോട്ടകളാണ് ഈ സമുച്ചയത്തെ ചുറ്റിയുള്ളത്. അതിന് എട്ടു കവാടങ്ങളും. എന്നാൽ ഇപ്പോൾ ഏറ്റവും താഴെയുള്ള 'ഫത്തേ ദർവാസാ' എന്ന കവാടത്തിലൂടെ മാത്രമേ ഉള്ളിലേക്ക് പ്രവേശനമുള്ളൂ. ഔറംഗസീബിന്റെ സൈന്യം കോട്ട കീഴടക്കി ഉള്ളിലേക്ക് കടന്നത് ഈ കവാടം വഴിയാകയാലാണ് ഇതിന് 'വിജയ കവാടം' എന്നർത്ഥം വരുന്ന 'ഫത്തെ ദർവാസാ' എന്ന പേരു കിട്ടിയത്. 'ഫത്തേ ദർവാസായുടെ ഉള്ളിൽ കടന്ന് മകുടത്തിനുകീഴിലുള്ള വിശാലമായ തളത്തിലെത്തിയാൽ അപൂർവ്വമായ ശബ്ദമാന്ത്രികത അനുഭവിക്കാനാകും.

'ക്ലാപ്പിങ് പോർട്ടിക്കോ' എന്നാണ് ഇവിടം അറിയപ്പെടുന്നത്. തളത്തിന്റെ ഒരു പ്രത്യേക ഭാഗത്തുനിന്ന് കൈകൊട്ടിയാൽ ഒരു കി മി ഉയരത്തിൽ കോട്ടയുടെ ഏറ്റവും ഉയർന്ന 'ബാലഹിസാർ' പവിലിയനിൽ ആ ശബ്ദം അനുരണനം ചെയ്യുമത്രേ. കുത്തബ് ഷാഹി സുൽത്താന്മാരുടെ കാലത്ത് ഏതെങ്കിലും അപായസൂചന നിമിഷാർദ്ധത്തിനുള്ളിൽ നല്കുവാൻ ഈ സംവിധാനത്തിനു കഴിഞ്ഞിരുന്നു.

'ക്ലാപ്പിങ് പോർട്ടിക്കോ'വിലൂടെ കടക്കുന്ന ഓരോ സന്ദർശകസംഘവും കൈകൊട്ടലിന്റെ മാന്ത്രികത പരീക്ഷിക്കാനുള്ള ശ്രമത്തിലാണ്. 'ഫത്തേ ദർവാസാ'യിൽനിന്നും പുറത്തേക്കു കടക്കുന്നത് വിശാലമായ ഒരു ഉദ്യാനത്തിലേക്കാണ്. കോട്ടയുടെ ഉയരക്കാഴ്ചയുടെ സമൃദ്ധി ഉദ്യാനത്തിലിരുന്ന് ആസ്വദിക്കാം. ഉദ്യാനത്തിന്റെ ഒരു വശത്ത് ശില്പഭംഗിയാർന്ന അസ്ലാഖാന എന്ന മൂന്നുനില കെട്ടിടം കാണാം. കമാനങ്ങളാണ് ഈ കെട്ടിടത്തെ ആകർഷകമാക്കുന്നത്. ഓരോ നിലയിലും നീണ്ട ഹാളുകൾ. കുത്തബ് ഷാഹി സുൽത്താന്മാരുടെ വെടിക്കോപ്പുശാലകളായിരുന്നുവത്രെ ഇത്. ഉദ്യാനത്തിന്റെ മറുവശത്ത് കുതിരാലയങ്ങളും, കുതിരക്കാരുടെ വിശ്രമസങ്കേതങ്ങളുമാണ്. ഇവയ്ക്കപ്പുറം വീണ്ടും ഉദ്യാനമാണ്.

അസ്ലാഖാനയുടെ വശത്തെ പടവുകൾ കയറി ചെന്നെത്തുന്നത് താരാമതി പള്ളിക്കു മുന്നിലേക്കാണ്. കുത്തബ് ഷാഹി ശില്പ ചാതുരിയുടെ മകുടോദാഹരണമാണ് ഈ ആരാധനാലയം.

പേർഷ്യൻ - ഹിന്ദു ശില്പവൈദഗ്ദ്ധ്യത്തിന്റെ സമന്വയമാണ് കോട്ടക്കുള്ളിലെ പല നിർമ്മിതികളെയും പോലെ താരാമതി പള്ളിയെയും വേറിട്ടതാക്കുന്നത്.

താരാമതി പള്ളിക്കപ്പുറമാണ് ഒരു പ്രദേശമാകെ വ്യാപിച്ചു കിടക്കുന്ന 'റാണി മഹൽ' സമുച്ചയം. രാജ്ഞിമാരുടെയും പരിവാരങ്ങളുടെയും അന്തഃപുരങ്ങൾ കരിങ്കല്ലിൽ തീർത്തിരിക്കുന്നു. വാതായനങ്ങളിലൂടെ അരിച്ചിറങ്ങുന്ന തണുപ്പിന്റെ തരികൾ അന്തഃപുരങ്ങളെ സ്വർഗ്ഗീ

യമാക്കുന്നു. ശില്പഭംഗിയാർന്ന കമാനങ്ങളും അന്തമറ്റ ഇടനാഴികളും നടുമുറ്റങ്ങളും റാണി മഹലിനെ വ്യത്യസ്തമാക്കുന്നു.

കോട്ടയുടെ മുകളിലേക്കുള്ള യാത്ര ഞാൻ തുടർന്നു. കിതച്ചും തളർന്നും മെല്ലെ ഞാൻ പടവുകൾ കയറി. പടവുകൾ ചിലപ്പോൾ കുത്തനെ കയറേണ്ടിവരും. കയറുന്തോറും ഹൈദരാബാദ് നഗരക്കാഴ്ച കളുടെ വിസ്തൃതി വർദ്ധിക്കുന്നു. കുന്നിന്റെ നെറുകയിലെ 'ബറാദാരി പവലിയൻ' ആണ് എല്ലാവരേയും പോലെ എന്റെയും ലക്ഷ്യം. എപ്പോ ഴെങ്കിലും പവിലിയനിലെത്താനാകുമോ എന്നുപോലും സംശയിച്ച കയ റ്റങ്ങൾ. പക്ഷേ, ഇടയ്ക്കിടെ ദീർഘനേരം വിശ്രമിച്ച് ക്ഷീണമകറ്റിയപ്പോൾ കയറ്റത്തിന്റെ ആയാസം കുറഞ്ഞു.

ഇനി കുറെ പടവുകൾ കൂടി കയറിയാൽ ബറാദാരിയുടെ താഴത്തെ തട്ടിലെത്താം. ബറാദാരി എന്ന ദർബാർ ഹാൾ ഒരു ഇരുനില കെട്ടിട മാണ്. താഴെയുള്ള നിലകൾ ദിവാനി-ഇ-ഖാസ്, ദിവാനി-ആം എന്നീ പ്രേക്ഷകഹാളുകൾ ആണ്. മുകളിൽ വിശാലമായ ടെറസ്സും അരികിൽ തുറന്ന മണ്ഡപവും.

ഒടുവിൽ ഇതാ ഞാൻ ബറാദാരിയിലെത്തിയിരിക്കുന്നു. എവറസ്റ്റ് കീഴടക്കിയ ടെൻസിങ്ങിന്റെയും ഹിലാരിയുടെയും മാനസികാവസ്ഥയി ലായിരുന്നു ഞാൻ. ബറാദാരിയിലെ തുറസ്സായ സ്ഥലത്തെ വീശിയടി ക്കുന്ന കാറ്റിൽ എല്ലാ ക്ഷീണവും തളർച്ചയും അലിഞ്ഞില്ലാതാകുന്നതു പോലെ. നോക്കെത്താദൂരത്തു പരന്നുകിടക്കുന്ന ഹൈദരാബാദ് നഗരം എന്റെ കാൽച്ചുവട്ടിൽ. പവിലിയനുള്ളിലെ ജാലകപ്പഴുതിലൂടെയുള്ള പുറംകാഴ്ചകൾക്ക് അപൂർവ്വ ഫ്രെയിമുകളുടെ ചാരുത. ഓരോ കമാന ത്തിന്റെയും കൽജാലകങ്ങളിലൂടെയും ഹൈദരാബാദിന്റെ ഓരോ തുണ്ട് ഞാൻ സ്വന്തമാക്കി.

ബറാദാരി പവിലിയന്റെ ജാലകപ്പടിയിലിരിക്കുമ്പോൾ വല്ലാത്തൊരു വിശ്രാന്തിയിലായിരുന്നു ഞാൻ. ഗോൽക്കൊണ്ടാ കോട്ടയ്ക്കുള്ളിൽ കാലം മരവിച്ചുനില്ക്കുന്നതായി എനിക്കുതോന്നി.

താഴ്വരയിൽനിന്നും ഈ ഉയരത്തിലേക്കു ഞാൻ നടന്നു കയറിയ താണെന്നു പോലും മറക്കുന്നു. ഞാൻ ഈ കോട്ടയുടെ ഉയരത്തിലെ ത്തിയത് ഇന്നോ ഇന്നലെയോ അതോ കഴിഞ്ഞകാലത്തിന്റെ ഏതോ വിദൂരതയിൽ നിന്നോ? ഓർമ്മകളുടെ പാലങ്ങൾ തകർന്നടിഞ്ഞ് ശൂന്യ ഗർത്തങ്ങൾ രൂപം കൊള്ളും പോലെ.

സ്ഥലകാലങ്ങളുടെ അതിരുകൾ വേർതിരിക്കാനാവാത്ത ഏതോ നിമിഷങ്ങളിലൊന്നിൽ നിദ്രാടനത്തിലെന്ന പോലെ ബറാദാരിയുടെ ഇടു ങ്ങിയ പടികൾ ഇറങ്ങി ഞാൻ താഴെയെത്തി. അടുത്തുള്ള ശ്രീ ജഗ ദാംബ മഹാകാളി ക്ഷേത്രത്തിൽനിന്നും മുഴങ്ങുന്ന ഭജനമന്ത്രങ്ങളുടെ താളം. മത സൗഹാർദ്ദത്തിന്റെ ബന്ധുരചിത്രം കൂടിയാണ് ഗോൽ ക്കൊണ്ട വരച്ചിടുന്നത്. ക്ഷേത്രങ്ങളും പള്ളികളും അവിടത്തെ ആരാധ നകളും ആത്മീയ പരിവേഷം ചാർത്തുന്ന വിശുദ്ധാന്തരീക്ഷം!

ശ്രീ ജഗദാംബികമഹാകാളിക്ഷേത്രത്തിലേക്കു നയിക്കുന്ന പടവുകൾ വഴിയാണ് ഞാൻ താഴേക്കുള്ള യാത്ര തെരഞ്ഞെടുത്തത്. താഴെ 'ഫത്തേ ദർവാസ'യുടെ വശത്തെ ഉദ്യാനത്തിൽനിന്നു തുടങ്ങുന്നതാണ് ഈ പടികൾ. താഴെനിന്നും പടവുകൾ കയറി എത്തുന്ന സ്ത്രീകൾ പടികളുടെ വശങ്ങളിൽ ചുവന്ന കുങ്കുമവും മഞ്ഞളും കലർന്ന പ്രസാദം ചാർത്തുന്നു. മഹാകാളിക്കുള്ള വഴിപാടാണത്രേ ഈ പടിപൂജ. ചുവപ്പും മഞ്ഞയും ചാർത്തിയ പടികളുടെ കുത്തനെയുള്ള വശങ്ങൾ അപൂർവ്വമായ കാഴ്ചയാണ്.

മഹാകാളി ക്ഷേത്രത്തിൽ നിന്നുമുള്ള പടവുകളുടെ ഒരു ഭാഗത്തുനിന്നും വശത്തേക്കു നടന്നിറങ്ങിയാൽ ഇബ്രാഹിം മോസ്കിലെത്താം. ഗോൽക്കൊണ്ടാ കോട്ടയിലെ ഏറ്റവും മനോഹരമായ നിർമ്മിതിയാണ് 'ദോ മിനാർ' എന്നറിയപ്പെടുന്ന ഇബ്രാഹിം മോസ്ക്. ആകാശത്തിന്റെ അതിരുകളിലേക്ക് മുഖം നോക്കുന്ന ഇതിന്റെ മിനാരങ്ങൾ 'ചാർമിനാറി'നെ അനുസ്മരിപ്പിക്കുന്നു.

ഇബ്രാഹിം മോസ്കിന്റെ കമാനങ്ങൾക്കു കീഴെ സ്വയം നഷ്ടപ്പെടുമ്പോൾ മിനാരങ്ങളിൽ പടിഞ്ഞാറു ചായുന്ന സൂര്യന്റെ ചിറകടിയൊച്ച. കുത്തബ് ഷാഹിയുടെ വംശസ്മൃതികളിൽനിന്നും അലയടിക്കുന്ന ബാങ്കുവിളികൾ. ഗോൽക്കൊണ്ടയുടെ വിസ്തൃതമായ കോട്ടകളിലെ പീരങ്കികളുടെ ഗതകാല ഹുങ്കാരങ്ങൾ.

സ്മൃതിയും കാലവും വീണ്ടും എന്നിൽ കെട്ടുപിണയവേ താഴ്വരയിലേക്കുള്ള പടവുകൾ എനിക്കായി കാത്തുനിന്നു.

മിനാരങ്ങളുടെ പ്രാർത്ഥനകൾ

ഓരോ മഹാനഗരത്തിനും ചരിത്രം കാവൽ നില്ക്കുന്ന ഏതെങ്കിലും കൂറ്റൻ നിർമ്മിതികളുണ്ടാവും. നഗരം അറിയപ്പെടുന്നതു തന്നെ ഈ നിർമ്മിതികളുടെ പേരിലായിരിക്കും. ഡൽഹിക്ക് 'കുത്തബ്മിനാർ' കൊൽക്കത്തയ്ക്ക് 'ഹൗറാ പാലം' മുംബൈക്ക് 'ഗേറ്റ് വേ ഓഫ് ഇന്ത്യ', ജയ്പൂറിന് 'ഹവാമഹൽ', ഹൈദരാബാദിനാകട്ടെ 'ചാർമിനാറും'. നഗരത്തിന്റെ പ്രതിരൂപമായിത്തന്നെ ഇക്കാലമത്രയും നിലകൊള്ളുവാൻ കഴിഞ്ഞ ഒരേ ഒരു ചാർമിനാർ!

ചാർമിനാർ സന്ദർശനം എനിക്കൊരു തീർത്ഥാടനം പോലെയാണ്. ഹൈദരാബാദ് നഗരത്തിലേക്കുള്ള എന്റെ ഒരു ഹ്രസ്വസന്ദർശനം പോലും ചാർമിനാറിന്റെ കാഴ്ചയില്ലാതെ അവസാനിക്കാറില്ല എന്നതാണ് സത്യം. എത്രയോ നാളുകളായി ചാർമിനാർ അതിന്റെ ചരിത്ര സൗന്ദര്യവുമായി എന്നെ മാടിവിളിക്കുന്നു! ഒരുപക്ഷേ, ഇക്കഴിഞ്ഞ ഈദ് പെരുന്നാളിന്റെ തലേദിവസത്തെ ചാർമിനാർ കാഴ്ചകൾ മറക്കാനാവാത്ത ഒരു സന്ദർശനത്തിന്റെ അസാധാരണത്വം പേറുന്നതും അതുകൊണ്ടാകാം.

ചാർമിനാറിന്റെ കഥ ഹൈദരാബാദ് എന്ന നഗരത്തിന്റേതുകൂടിയാണ്. ഗോൽക്കൊണ്ട ആസ്ഥാനമാക്കി സാമ്രാജ്യം പടുത്തുയർത്തിയ കുത്തബ് ഷാഹി രാജവംശത്തിലെ അഞ്ചാമത്തെ സുൽത്താനായ മുഹമ്മദ് ഖലി കുത്തബ് ഷാ തന്റെ രാജ്യത്തിന്റെ തലസ്ഥാനം ഗോൽക്കൊണ്ടയിൽനിന്നും ഹൈദരാബാദിലേക്കു മാറ്റി സ്ഥാപിക്കുമ്പോൾ നഗരമദ്ധ്യത്തിൽ പടുത്തുയർത്തിയ കൂറ്റൻ നിർമ്മിതിയാണ് ചാർമിനാർ. അന്നുമുതൽ ഹൈദരാബാദിന്റെ അടയാളമായി അതു ലോകശ്രദ്ധ പിടിച്ചുപറ്റി.

നഗരം പുതിയ സീമകളിലേക്ക് വളർന്നപ്പോഴും പഴയ ഹൈദരാ

ചാർമിനാർ – ഹൈദരാബാദിന്റെ മുഖമുദ്ര

ബാദും അതിന്റെ സിരാകേന്ദ്രമായ ചാർമിനാറും ചരിത്രവിസ്മയങ്ങളുടെ സമൃദ്ധിയിൽ തന്നെ നിലകൊണ്ടു.

മുഹമ്മദ് ക്വലി കുത്തബ്ഷാ 1591 ലാണ് ചാർമിനാർ പണികഴിപ്പിച്ചത് എന്ന് ചരിത്രരേഖകൾ സൂചിപ്പിക്കുന്നു. ഗോൽക്കൊണ്ടയിലെ കച്ചവടത്തെരുവുകളെയും മച്ചലിപട്ടണം തുറമുഖത്തെയും ബന്ധിപ്പിക്കുന്ന പ്രസിദ്ധമായ വാണിജ്യത്താരയുടെ സംഗമസ്ഥാനത്താണത്രെ ചാർമിനാർ നിലകൊള്ളുന്നത്. ചാർമിനാറിന്റെ നാലുവശങ്ങളിലേക്കും കാലക്രമേണ ഹൈദരാബാദ് വളരുകയായിരുന്നു.

യഥാർത്ഥത്തിൽ ചാർമിനാർ നാലു മിനാരങ്ങളുള്ള ഒരു പള്ളിയും മദ്രസയുമാണ്. ഇന്തോ-പേഴ്സ്യൻ ശില്പ വൈദഗ്ദ്ധ്യത്തിന്റെ നിത്യനിദർശനമാണത്. സമചതുരാകൃതിയിലുള്ള അസ്തിവാരത്തിനു മുകളിൽ തെരുവുകളിലേക്കു മുഖംനോക്കി നില്ക്കുന്ന നാലു കമാനങ്ങൾ. നാലു മൂലകളിലായി 184 അടിയോളം ഉയരത്തിൽ നാലുനിലകളിലുള്ള നാലു ഗോപുരങ്ങൾ. ചാർമിനാറിന്റെ ആകർഷണം പ്രാർത്ഥനകളോടെ നില്ക്കുന്ന ഈ നാലു മിനാരങ്ങളാണ്. മിനാരങ്ങളുടെ മുകളിലെത്താൻ 149 പടവുകളുണ്ട്.

കുത്തബ്ഷാഹി സുൽത്താന്മാരുടെ കാലത്ത് ഗോൽക്കൊണ്ട കോട്ടയെയും ചാർമിനാറിനെയും തമ്മിൽ ബന്ധിപ്പിച്ചിരുന്ന ഒരു ഭൂഗർഭ വഴിത്താര ഉണ്ടായിരുന്നതായി പറയപ്പെടുന്നു. അപകടഘട്ടത്തിൽ സുൽത്താന്മാരുടെ രക്ഷയ്ക്കായി തീർത്ത മുൻകരുതലായിരുന്നിരിക്കാം ഇത്. എന്നാൽ പില്ക്കാലത്ത് പുരാവസ്തു പര്യവേക്ഷണങ്ങൾക്കൊന്നും ഈ വഴിത്താരയുടെ സ്ഥാനം നിർണ്ണയിക്കാനായിട്ടില്ല.

ചാർമിനാറിന്റെ ബാൽക്കണിയുടെ പടിഞ്ഞാറേ അറ്റത്താണ് പള്ളി. ബാൽക്കണിയുടെ ബാക്കിഭാഗം കുത്തബ്ഷാഹി സുൽത്താന്മാരുടെ

ചാർമിനാറിലെ കച്ചവടത്തെരുവുകൾ

കാലത്ത് കോടതിയായി ഉപയോഗിച്ചിരുന്നുവത്രേ. നാലുദിശകളിലുള്ള നാഴികമണികൾ പിന്നീട് 1889 ൽ സ്ഥാപിച്ചതാണ്.

ചാർമിനാറിനു നാലുചുറ്റും കച്ചവടത്തെരുവുകളാണ്. വടക്കും പടിഞ്ഞാറുമുള്ള തെരുവുകളിൽ എപ്പോഴും തിരക്കായിരിക്കും. ആഭരണങ്ങൾക്കു പേരുകേട്ടതാണ് ലാഡ്ബസാർ. വർണ്ണാഭങ്ങളായ വളകളുടെ പറുദീസയാണിവിടം. 'പത്തേർഗാട്ടി' എന്ന തെരുവാകട്ടെ, രത്നങ്ങളുടെയും മുത്തുകളുടെയും വ്യാപാരകേന്ദ്രങ്ങളാണ്. ചാർമിനാറിന്റെ സുവർണ്ണകാലത്ത് അതിന്റെ പരിസരങ്ങളിൽ ആയിരത്തി നാനൂറോളം കടകൾ ഉണ്ടായിരുന്നുവത്രേ.

മുസിനദിയുടെ കിഴക്കേ കരയിലുള്ള ചാർമിനാറിന്റെ നിർമ്മാണത്തെപ്പറ്റി പല ഐതിഹ്യങ്ങളും നിലവിലുണ്ട്. മുഹമ്മദ് ഖലി കുത്തബ്ഷായുടെ കാലത്ത് നഗരത്തിൽ നാശം വിതച്ചുകൊണ്ട് പ്ലേഗ് പടർന്നുപിടിച്ചു. പ്ലേഗ് അവസാനിപ്പിക്കുന്നതിനായി സുൽത്താൻ കഠിനമായ പ്രാർത്ഥനയിൽ മുഴുകി. പ്രായശ്ചിത്തമായി ഒരു പള്ളി പണിഞ്ഞു കൊള്ളാമെന്ന് സുൽത്താൻ പ്രതിജ്ഞ ചെയ്തു. സുൽത്താൻ തന്റെ പ്രാർത്ഥനകൊണ്ട് വിശുദ്ധമാക്കപ്പെട്ട സ്ഥലത്തുതന്നെ പിന്നീട് പള്ളി പണിയുകയും അത് ഇന്നത്തെ അംബരചുംബിയായ ചാർമിനാർ ആയിരുന്നു എന്നുമാണ് ഒരു ഐതിഹ്യം.

17-ാം നൂറ്റാണ്ടിലെ ഫ്രഞ്ചുസഞ്ചാരിയായ ഷാൻഡി തെവനോട്ടിന്റെ യാത്രാക്കുറിപ്പിൽ ഇസ്ലാമിക രാജ്യങ്ങൾ ആഘോഷപൂർവ്വം കൊണ്ടാടിയ രണ്ടാം ഇസ്ലാമിക ശതവർഷത്തിന്റെ ഓർമ്മയ്ക്കായാണ് ഹൈദരാബാദു നഗരം സ്ഥാപിച്ചതും അതിന്റെ കേന്ദ്രഭാഗത്ത് ചാർമിനാർ നിർമ്മിച്ചതും രേഖപ്പെടുത്തുന്നു.

ചാർമിനാറിന്റെ നിർമ്മിതിയെപ്പറ്റി ഒരു നാടോടിക്കഥയും പ്രചാരത്തിലുണ്ട്. കുത്തബ്ഷാ തന്റെ ഭാവി വധുവായ ഭാഗ്മതിയെ ആദ്യമായി കണ്ടുമുട്ടിയ സ്ഥലത്താണ് ചാർമിനാർ നിർമ്മിച്ചതത്രെ. ഭാഗ്മതിയെ മതം മാറ്റി തന്റെ രാജ്ഞിയാക്കിയപ്പോൾ നഗരത്തിന് ഹൈദരാബാദ് എന്നു പുനർനാമകരണം ചെയ്യുകയായിരുന്നുവെന്നും നാടോടിക്കഥയുടെ ശീലുകൾ പാടുന്നു.

കുത്തബ്ഷാ ഡക്കാണി ഉർദ്ദുവിൽ കവിത എഴുതിയിരുന്ന ആദ്യകാല കവികളിൽ ഒരാളായിരുന്നുവത്രേ. ചാർമിനാറിന്റെ ശിലാസ്ഥാപനം നടത്തിയ വേളയിൽ ഡക്കാണി ഉർദ്ദുവിൽ സുൽത്താൻ ഉരുവിട്ട പ്രാർത്ഥനാമന്ത്രങ്ങളുടെ അർത്ഥം ഇതായിരുന്നു, "പ്രഭോ, നദികളിൽ മത്സ്യത്തെ നിറയ്ക്കുംപോലെ, എന്റെ നഗരത്തിൽ നീ പ്രജകളെകൊണ്ടു നിറച്ചാലും."

ചാർമിനാറിന്റെ താഴത്തെ നിലയിൽ കിഴക്കുവശത്തുള്ള പ്രവേശനകവാടത്തിനടുത്തായി ഒരു ചെറിയ ക്ഷേത്രമുണ്ട്. ഭാഗ്യലക്ഷ്മി ക്ഷേത്രം എന്നറിയപ്പെടുന്ന ഇതിന്റെ നിർമ്മാണകാലത്തെപ്പറ്റിയുള്ള വിവാദം ഇപ്പോഴും നിലനില്ക്കുന്നു. എങ്കിലും മതമൈത്രിയുടെ പ്രതിരൂപമായി

ഭാഗ്യലക്ഷ്മിക്ഷേത്രം ചാർമിനാറിന്റെ കാൽച്ചുവട്ടിൽ നിലകൊള്ളുന്നു എന്നത് സഞ്ചാരികൾക്ക് കൗതുകം പകരുന്നു.

ഏറ്റവുമൊടുവിൽ ഞാൻ ചാർമിനാറിലെത്തിയത് ചെറിയ പെരുന്നാളിന്റെ തലേന്നായിരുന്നു. പെരുന്നാൾക്കാലത്തിന്റെ തിരക്കിൽ ചാർമിനാറും പരിസരപ്രദേശങ്ങളും മനുഷ്യമഹാസമുദ്രമായിത്തീരുന്ന ദിനം.

"പെരുന്നാൾ സമയത്ത് ചാർമിനാറിലേക്കടുക്കുവാൻ പറ്റില്ല. അത്രയ്ക്കും തിരക്കായിരിക്കും."

സ്നേഹിതന്റെ ഉപദേശം അവഗണിച്ചുകൊണ്ടാണ് ഈ അപരാഹ്നത്തിൽ ഞാൻ ചാർമിനാറിലെത്തിയിരിക്കുന്നത്. മുസിനദിക്കു കുറുകെയുള്ള പാലം കടന്നപ്പോൾ തന്നെ ടാക്സിയാത്ര അവസാനിപ്പിക്കേണ്ടിവന്നു. പെരുന്നാൾ തിരക്കുകാരണം ചാർമിനാറിലേക്കുള്ള എല്ലാ നിരത്തുകളിലും വാഹനഗതാഗതം നിരോധിച്ചിരിക്കുന്നു. ചാർമിനാറിലേക്കുള്ള പ്രധാനനിരത്തിലൂടെ ആൾക്കൂട്ടത്തിൽ അലിഞ്ഞ് മെല്ലെ ഞാൻ നടന്നു. തെരുവുമുഴുവൻ താൽക്കാലിക ഷോപ്പിങ് സ്റ്റാളുകളാണ്. നടന്നുപോകാൻ പോലും ഇടയില്ല. തുണിത്തരങ്ങളും വീട്ടുപകരണങ്ങളുമാണ് സ്റ്റാളുകളിലൊക്കെയും. തെലങ്കാന പ്രദേശം മുഴുവൻ ഈ തെരുവിലുണ്ടെന്നു തോന്നി. അകലെ ചാർമിനാറിന്റെ മിനാരങ്ങൾ കാണാം. പക്ഷേ, ഈ തിരക്കിലൂടെ അവിടെയെത്താൻ ഇനിയും എത്ര ദൂരം!

തെരുവുകൾക്കാകെ കറുത്ത നിറം. പർദ്ദകൾ ധരിച്ച സ്ത്രീകളാണെവിടെയും. പുരുഷന്മാർ തുലോം കുറവാണ്. ഷോപ്പിങ്ങിനെത്തിയിരിക്കുന്നവരാണെല്ലാവരും. തലങ്ങും വിലങ്ങും നിയന്ത്രണങ്ങളില്ലാതെ പായുന്ന അവർക്കിടയിലൂടെ മുന്നോട്ടു നീങ്ങുവാൻ ഏറെ പാടുപെട്ടു. നടക്കുന്തോറും ചാർമിനാറിന്റെ മിനാരങ്ങൾ അകലേക്കു നീങ്ങും പോലെ.

ആകാശം ഇരുണ്ടുമൂടിക്കഴിഞ്ഞു. ഏതു നിമിഷവും മാനം പൊട്ടിച്ചിതറാം. ചാർമിനാറിന്റെ അടുത്തെത്തിയാൽ മഴ പെയ്താലും രക്ഷ നേടാം. ഞാൻ നടന്നുകൊണ്ടേയിരുന്നു. ഒടുവിൽ യുഗങ്ങൾക്കുശേഷമെന്നോണം ഞാൻ ചാർമിനാറിന്റെ കവാടത്തിനടുത്തെത്തി.

ചാർമിനാറിൽ ഒട്ടും ആൾത്തിരക്കുണ്ടായിരുന്നില്ല. ഉള്ളിലേക്കു കടക്കുവാൻ സുരക്ഷാപരിശോധനയുണ്ടെന്നു മാത്രം. പൊടുന്നനെ മഴ ചിതറിത്തെറിച്ചുവീണു. കമാനത്തിനടിയിൽ കയറിനിന്ന് മഴയിൽനിന്നും രക്ഷ നേടി. വളരെ പെട്ടെന്നുതന്നെ പെയ്തൊഴിഞ്ഞ ആഷാഢമേഘങ്ങൾ. പക്ഷേ, മഴയ്ക്കുശേഷം തെരുവിലേക്കിറങ്ങാനാവുന്നില്ല. കാൽ നിലത്തു ചവിട്ടാൻപോലും ഇടമില്ലാത്ത നിരത്ത് ചെളിയും മണ്ണും കൂടിക്കുഴഞ്ഞ് കറുത്ത വെള്ളച്ചാലുകളായിത്തീർന്നിരിക്കുന്നു.

ഞാൻ പടവുകൾ കയറി ചാർമിനാറിന്റെ ഒന്നാം നിലയിലെത്തി. മഴ വീണു നനഞ്ഞ തെരുവുകളുടെ ഉയരക്കാഴ്ച അത്ര ആകർഷകമായി തോന്നിയില്ല. നീലയും വെള്ളയും നിറങ്ങളുള്ള പ്ലാസ്റ്റിക് ഷീറ്റുകളുടെ താല്ക്കാലിക മേലാപ്പിനു കീഴിൽ മഴനനഞ്ഞ മനുഷ്യർ നുരയ്ക്കുന്നു. മിനാരങ്ങളിലേക്ക് സുരക്ഷാ കാരണങ്ങളാൽ ഇപ്പോൾ സന്ദർശ

കർക്ക് പ്രവേശനം അനുവദിക്കുന്നില്ല. മുൻ സന്ദർശനങ്ങളിലൊക്കെ മിനാരങ്ങൾക്കു മുകളിൽ നിന്നുള്ള നഗരക്കാഴ്ചകൾ എന്നിലുണർത്തിയ വിസ്മയം ഇപ്പോഴും മാഞ്ഞിട്ടില്ല.

ഒന്നാം നിലയിലെ ചെറിയ കമാനങ്ങളുടെ അലൗകികമായ ഭംഗി കണ്ടുനിന്ന നിമിഷങ്ങൾക്കു ദൈർഘ്യമേറി. ഇന്തോ-ഇസ്ലാമിക് ശില്പ കലയുടെ മാസ്മരികതയിൽ നമ്മെ മയക്കുന്ന ചാർമിനാറിന്റെ ചാരുത അതിന്റെ ഓരോ അടരുകളിലും പ്രതിഫലിക്കുന്നു.

മഴയുടെ വന്യത ശമിച്ചുവെങ്കിലും ചാറ്റൽ മഴയുണ്ടായിരുന്നു. ചാർമി നാറിനു താഴെയെത്തി തൊട്ടടുത്തുള്ള മെക്കാ മസ്ജിദിലേക്കു ഞാൻ നടന്നു.

അവിടെയും കർക്കശമായ സുരക്ഷാപരിശോധന. ഇനിയും ഉണ ങ്ങാത്ത മുറിവുകളേകിയ ഹൈദരാബാദ് സ്ഫോടന പരമ്പരയുടെ തുടക്കം മെക്കാ മസ്ജിദിൽ നിന്നായിരുന്നുവല്ലോ എന്നു ഞാനോർമിച്ചു.

വിശുദ്ധ ഭൂമിയായ മെക്കയിൽനിന്നും കൊണ്ടുവന്ന മണ്ണിൽനിന്നും മെനഞ്ഞെടുത്ത ഇഷ്ടികകൾ കൊണ്ട് മുഹമ്മദ് ക്വലി കുത്തബ്ഷാ നിർമ്മിച്ച പള്ളിയായതുകൊണ്ടാണ് ഇതിനെ ആദരപൂർവ്വം മെക്കാ മസ്ജിദ് എന്നു വിളിച്ചുപോരുന്നത്.

മെക്കാ മസ്ജിദിന്റെ കരിങ്കല്ലുപാകിയ നിലത്തു മഴവെള്ളം കെട്ടി നില്ക്കുന്നു. പ്രാവുകൾക്കു തീറ്റ കൊടുക്കാനെത്തുന്നവർക്കു മുന്നിൽ നിരക്കുന്ന നനഞ്ഞ പ്രാവുകൾ. ആഷാഢമേഘങ്ങൾക്കു താഴെ മെക്കാ മസ്ജിദിന്റെ മകുടങ്ങളും മിനാരങ്ങളും കറുത്ത നിഴൽ വിരിച്ച് നില് ക്കുന്നു. ജലസംഭരണിയുടെ കരയിലിരുന്ന് ദേഹശുദ്ധിവരുത്തി പ്രാർത്ഥ നയ്ക്കായി മെക്കാ മസ്ജിദിന്റെ പടവുകൾ കയറുന്നവർ ധാരാളം. ചാഞ്ഞു പെയ്യുന്ന നേർത്ത മഴനൂലുകൾക്കിടയിലൂടെ മെക്കാ മസ്ജി ദിന്റെ മിനാരങ്ങൾ ശാന്തമായ കാഴ്ചകളൊരുക്കി.

മെക്കാ മസ്ജിദിൽ സായാഹ്ന പ്രാർത്ഥനയ്ക്കുള്ള ബാങ്കുവിളി മുഴ ങ്ങുന്നു. മസ്ജിദിന്റെ പൊക്കം കുറഞ്ഞ മതിലുകൾക്കപ്പുറം ഈറൻ പുതച്ചു നില്ക്കുന്ന ചാർമിനാറിന്റെ കമാനങ്ങളും മിനാരങ്ങളും. മനു ഷ്യനെ നിസ്സാരനാക്കുന്ന വിശ്വാസദീപ്തിയുടെ നെറുകയിൽ എല്ലാം മറന്നു പ്രാർത്ഥനയിൽ മുഴുകുന്നവരുടെ ഹൃദയത്തിന്റെ നേർത്ത ചിറ കടി കുറുകുന്ന പ്രാവുകളുടെ സ്വരഭേദങ്ങൾക്കിടയിലൂടെ എന്റെ കർണ്ണ പുടങ്ങളിൽ വന്നലച്ചുകൊണ്ടിരുന്നു.

ദേവനഹള്ളിയിലെ മുന്തിരിത്തോപ്പുകൾ

ബംഗ്ളൂരു-ഹൈദരാബാദ് ദേശീയപാതയ്ക്കരുകിൽ പൊടുന്നനെയാണ് ഒരു വലിയ കോട്ട കൺമുന്നിൽ പ്രത്യക്ഷപ്പെട്ടത്. അരുൺ കോട്ടയിലേക്കു നീളുന്ന വഴിയിലേക്ക് കാർ തിരിച്ചു. നന്ദികുന്നുകളിലേക്കുള്ള യാത്രയ്ക്കിടയിൽ ഇങ്ങനെയൊരു കോട്ടയെക്കുറിച്ച് അരുൺ ഒന്നും പറഞ്ഞിരുന്നതുമില്ല. യാത്രയ്ക്കിടയിൽ എനിക്കൊരു അത്ഭുതം നീട്ടാൻ അരുൺ ആഗ്രഹിച്ചിട്ടുണ്ടാകും. അങ്ങനെ ദേവനഹള്ളിയിലെ കോട്ട ഞങ്ങൾക്കു മുന്നിൽ അതിന്റെ ബൃഹദാകാരവുമായി വിസ്മയം തീർത്തു നിന്നു.

ഈ യാത്രയ്ക്ക് അരുൺപ്രസാദാണ് കാരണക്കാരൻ. ബംഗ്ലൂരുവിലെ അറിയപ്പെടുന്ന മാധ്യമപ്രവർത്തകനാണ് അരുൺ. അതിലുപരി കോമിക്സുകളുടെ വലിയ ശേഖരമുള്ള ഒരു ആർക്കൈവിസ്റ്റും. ബംഗ്ലൂരുവിൽ നിന്നും ഒരു ദിവസത്തിന്റെ അകലത്തിൽ പോയി വരാവുന്ന ഒരു സ്ഥലം നിർദ്ദേശിക്കാൻ പറഞ്ഞപ്പോൾ നന്ദികുന്നുകളാണ് അരുൺ ശുപാർശ ചെയ്തത്. തിരക്കിൽനിന്നും ഊളിയിട്ട് എന്റെ സഹയാത്രികനാകുവാനും അരുൺ താല്പര്യം കാണിച്ചത് എനിക്കേറെ സഹായകമായി.

ബംഗ്ളൂരുനഗരത്തിൽനിന്നും നാല്പതു കി മീ അകലെയുള്ള പ്രദേശമാണ് ദേവനഹള്ളി. ഒരു പക്ഷേ, വരുംനാളുകളിൽ ബംഗ്ളൂരുവിന്റെ സിരാകേന്ദ്രമാകുവാൻ പോകുന്ന ഒരിടം. ഇപ്പോൾ തന്നെ ഇന്ത്യയിലെ രണ്ടാമത്തെ വലിയതെന്നു വിശേഷിപ്പിക്കാവുന്ന കെമ്പെ ഗൗഡ അന്തർദ്ദേശീയ വിമാനത്താവളം ദേവനഹള്ളിക്കു തൊട്ടടുത്താണ്. അതുകൊണ്ടുതന്നെ റിയൽ എസ്റ്റേറ്റു രംഗത്തിനു പ്രിയപ്പെട്ടതാണ് ദേവനഹള്ളി. വികസനത്തിന്റെ പുത്തനുണർവ്വുകളിൽ ബിസിനസ് പാർക്കും, ഐ ടി പാർക്കും, ഏറോ സ്പേസ് പാർക്കും, സയൻസ് പാർക്കും,

ഫൈനാൻഷ്യൽ സിറ്റിയുമൊക്കെ ദേവനഹള്ളിക്കു സ്വന്തമാകുവാൻ പോകുന്നു!

എത്രയോ സാമ്രാജ്യങ്ങൾ കുട പിടിച്ചിരുന്നു ദേവനഹള്ളിയിൽ! രാഷ്ട്രകൂട, നൊലംബാ, പല്ലവ, ചോള, ഹൊയ്സാല രാജവംശങ്ങളിലൂടെ ഒടുവിൽ വിജയനഗരസാമ്രാജ്യത്തിനു കീഴിൽ ഐശ്വര്യത്തിന്റെ കൊടുമുടിയിലെത്തിയ ദേവനഹള്ളി. അതിന്റെ പില്ക്കാല ചരിത്രമാരംഭിക്കുന്നത് പതിനഞ്ചാം നൂറ്റാണ്ടോടെയാണ്. കാഞ്ചീവരത്തുനിന്നും അഭയാർത്ഥികളായെത്തിയ 'മൊറാസുവൊക്കോലി' എന്ന ഒരു കുടുംബം നന്ദികുന്നുകൾക്കു കിഴക്കുഭാഗത്തുള്ള രാമസ്വാമികുന്നിന്റെ താഴ്വരയിൽ തമ്പടിച്ചുവത്രെ. അവരുടെ സംഘത്തലവനായ റാണാ ബൈരേഗൗഡയ്ക്ക്, ഈ പ്രദേശം അവരുടെ താവളമാക്കുവാൻ സ്വപ്നദർശനമുണ്ടായി. അവർ ഒരു ചെറിയ ഗ്രാമമുണ്ടാക്കി അവിടെ വാസമുറപ്പിച്ചു. 'ആഹൂതി' എന്നറിയപ്പെട്ട ഗ്രാമം പിന്നീട് 'അവതി'യായി മാറി. റാണാ ബൈരേയുടെ മകൻ മല്ലബൈരേ ഗൗഡയാണ് ദേവനഹള്ളി എന്ന ഗ്രാമം സ്ഥാപിച്ചത്. വിജയനഗരസാമ്രാജ്യകാലത്ത് മല്ലബൈരേ 1501 ൽ ദേവനഹള്ളിയിൽ ഒരു മൺകോട്ട നിർമ്മിച്ചു. 1747 ൽ കോട്ടയും ദേവനഹള്ളിയും മൈസൂറിലെ വാഡിയാർ രാജവംശത്തിന്റെ അധീനതയിലായി. മറാത്താ രാജവംശത്തിന്റെ ആക്രമണങ്ങളിൽ പലപ്പോഴും തകർന്ന കോട്ട ഒടുവിൽ ഹൈദരാലിയുടെയും പിന്നീട് ടിപ്പു സുൽത്താന്റെയും നിയന്ത്രണത്തിലായി. മൈസൂർ യുദ്ധത്തെ തുടർന്ന് 1791 ൽ ദേവനഹള്ളികോട്ട ലോർഡ് കോൺവാലീസിന്റെ നേതൃത്വത്തിൽ ബ്രിട്ടീഷുകാർ പിടിച്ചെ

ദേവനഹള്ളിയിലെ കോട്ട

ടുത്തു. മല്ലബൈരെയുടെ മൺകോട്ട പില്ക്കാലത്ത് അധികാരത്തിൽ വന്ന ഹൈദരാലിയും ടിപ്പുവും ബ്രിട്ടീഷുകാരും ബലപ്പെടുത്തി.

ദേശീയപാതയിൽനിന്നും കോട്ടയിലേക്കു നീളുന്ന നിരത്തിന്റെ ഓരത്താണ് പുരാവസ്തുവകുപ്പിന്റെ സംരക്ഷണയിലുള്ള 'ടിപ്പുസുൽത്താന്റെ ജന്മസ്ഥാനം'. ദേവനഹള്ളികോട്ട ഹൈദരാലിയുടെ അധീനതയിലായിരുന്ന കാലത്ത് അവിടേക്കുള്ള യാത്രയ്ക്കിടയിൽ ഹൈദരാലിയുടെ ബീവിക്ക് പ്രസവവേദന കലശലാകുകയും ഇവിടെയുണ്ടായിരുന്ന വീട്ടിൽ 1751 ൽ ടിപ്പുവിനെ പ്രസവിക്കുകയുമായിരുന്നു എന്ന് പറയപ്പെടുന്നു. ടിപ്പുവിന്റെ ജന്മസ്ഥാനത്ത് ഇന്ന് ഒരോർമ്മശിലയും ആറടി ഉയരത്തിൽ കൽമേൽക്കൂരയോടു കൂടിയ ഒരു മണ്ഡപവുമുണ്ട്.

കരിങ്കല്ലുകൊണ്ട് കെട്ടിയുയർത്തിയ ദേവനഹള്ളികോട്ടയുടെ ഇടുങ്ങിയ വാതിലിലൂടെ ഞങ്ങൾ അകത്തു കടന്നു. ദേവനഹള്ളി ഒരു കാല്പനിക സൗന്ദര്യമായി ഞങ്ങൾക്കു മുന്നിൽ പ്രഭാതത്തിന്റെ അഴകുമായി സ്വാഗതമേകി. പുറത്തുനിന്നാൽ കോട്ടയ്ക്കുള്ളിൽ ഒരു ടൗൺഷിപ്പുണ്ടെന്ന് അറിയുകയേ ഇല്ല. ചരിത്രമുറങ്ങുന്ന കോട്ടയ്ക്കുള്ളിൽ ഇന്നു ഭൂതകാലവും വർത്തമാനകാലവും കെട്ടുപിണഞ്ഞു കിടക്കുന്നു. ചില ഭാഗങ്ങളിൽ കോട്ടയ്ക്കുള്ളിലെ പഴയ എടുപ്പു നിർമ്മിതികളുടെ ധാരാളിത്തം. പഴയ കെട്ടിടങ്ങളിൽ ചിലത് കേടുകൂടാതെ നില്ക്കുന്നു. പലതും മറവിയുടെ കളങ്ങളിൽ മറഞ്ഞ് പുതിയ നിർമ്മിതികൾക്കു വഴിമാറിയിരിക്കുന്നു.

കോട്ടയുടെ കവാടത്തിലൂടെ മുന്നോട്ടുനീങ്ങി ഒരു തിരിവുകഴിഞ്ഞാൽ ക്ഷേത്രങ്ങളുടെ തെരുവിലെത്തുകയായി. ആദ്യം കാണാനാവുക വേണുഗോപാലസ്വാമി ക്ഷേത്രമാണ്. ക്ഷേത്രങ്ങളുടെ കൂട്ടത്തിൽ ഏറ്റവും പ്രാചീനത ഇതിന് അവകാശപ്പെടാം. ക്ഷേത്രത്തിന്റെ നടുമുറ്റത്ത് ഒരു ഗരുഡസ്തംഭമുണ്ട്. ക്ഷേത്രച്ചുവരുകളിൽ *രാമായണ*ത്തിലെയും ശ്രീകൃഷ്ണന്റെ ബാല്യകാലലീലകളുടെയും കഥാസന്ദർഭങ്ങൾ ആലേഖനം ചെയ്തിരിക്കുന്നു. ശില്പാലംകൃതമായ ഗോപുരത്തിന് ചോളകാലത്തിന്റെ പാരമ്പര്യം. മണ്ഡപങ്ങളുടെ തൂണുകളിൽ ദേവനർത്തകിമാരുടെ സൗകുമാര്യം വഴിയുന്ന ശിലാചിത്രങ്ങൾ. ബേലൂരിലെയും ഹാലേബീഡിലെയും ശില്പങ്ങളുമായി ഇവയ്ക്കുള്ള സാമ്യം ഹൊയ്സാല കാലഘട്ടത്തെ അനുസ്മരിപ്പിക്കുന്നു. ശ്രീകോവിലിലെ വേണുഗോപാലബിംബത്തിന് വിജയനഗരകാലത്തിന്റെ സ്പർശം. ഏതൊക്കെയോ കാലഘട്ടങ്ങളുടെയും രാജവംശങ്ങളുടെയും മുദ്രപതിഞ്ഞ ശില്പഭംഗിയാർന്ന വേണുഗോപാലസ്വാമിക്ഷേത്രം!

ഈ ക്ഷേത്രത്തിനു തൊട്ടടുത്തു തന്നെയാണ് സിദ്ധലിംഗേശ്വരസ്വാമിക്ഷേത്രം. അതിനുമപ്പുറം ചന്ദ്രമൗലീശ്വരക്ഷേത്രം. പിന്നെ നഞ്ചുണ്ടേശ്വരക്ഷേത്രം, വീരഭദ്രസ്വാമിക്ഷേത്രം, രംഗനാഥസ്വാമിക്ഷേത്രം, കലമ്മക്ഷേത്രം, ബസവേശ്വരക്ഷേത്രം...കോട്ടയ്ക്കുള്ളിലെ ക്ഷേത്രങ്ങൾ ഇനിയും, കോട്ടയ്ക്കകത്ത് 'സരോവരം' എന്നു പേരുള്ള വലിയൊരു

കുളമുണ്ട്. മൈസൂർ രാജാവിന്റെ ദിവാനായിരുന്ന പൂർണ്ണയ്യ നിർമ്മിച്ച താണത്രേ ഇത്. 'സരോവര'ത്തിനു തൊട്ടടുത്തുള്ള ആഞ്ജനേയ ക്ഷേത്രത്തിലെ ഹനുമാൻ 'സരോവരാഞ്ജനേയൻ' എന്നറിയപ്പെടുന്നു.

കേന്ദ്രപുരാവസ്തു വകുപ്പിന്റെ സംരക്ഷണയിലാണ് കോട്ടയും കോട്ടയ്ക്കുള്ളിലെ സ്മാരകങ്ങളും, ക്ഷേത്രങ്ങളുമൊക്കെ. കോട്ടയ്ക്കോ സ്മാരകത്തിനോ കേടുവരുത്തുന്നവരെ ശിക്ഷിക്കുമെന്ന തുരുമ്പെടുത്ത ഒരു പരസ്യത്തകിടല്ലാതെ മറ്റൊരു സംരക്ഷണവും എങ്ങും കാണാൻ കഴിഞ്ഞില്ല. ഇടിഞ്ഞു പൊളിഞ്ഞ ഒരു കെട്ടിടത്തിൽ ഓഫീസുമുണ്ടെന്ന് പറയപ്പെടുന്നു. എന്നാൽ സന്ദർശകർക്കുവേണ്ട മാർഗ്ഗനിർദ്ദേശങ്ങൾ നല്കുവാനോ കോട്ടയും മറ്റു സ്മാരകങ്ങളും സംരക്ഷിക്കുവാനോ ഉള്ള ഒരു ശ്രമവും അവിടെ കണ്ടില്ല. കേന്ദ്ര പുരാവസ്തുസംരക്ഷണ വകുപ്പിൻ കീഴിലുള്ള മിക്ക സ്മാരകങ്ങളുടെയും ഗതി ഇതാണ്. ചരിത്രവും പാരമ്പര്യവും ഭാവി തലമുറകൾക്കുവേണ്ടി സൂക്ഷിച്ചുവെക്കുവാൻ കടപ്പെട്ടവർ അതു തച്ചുടയ്ക്കുന്നതു കാണുമ്പോൾ നമ്മുടെ നാടിന്റെ ഗതിയോർത്തുവിലപിക്കുവാനേ കഴിയൂ. വിദേശരാജ്യങ്ങളിൽ അവിടത്തെ പൈതൃകവും ചരിത്രവും സംരക്ഷിക്കുവാനുള്ള സർക്കാർ ഇടപെടലുകൾ എത്ര മഹത്തരവും കാര്യക്ഷമവുമാണെന്ന് ഞാനോർമ്മിച്ചു. ഇവിടെയോ?

ദേവനഹള്ളികോട്ടയിലെ നിരീക്ഷണഗോപുരങ്ങളുടെ അവശിഷ്ടങ്ങൾക്കിടയിലൂടെ നടന്നു കയറി മുകളിലെത്തിയാൽ കോട്ടയുടെ വിശാലമായ ഉയരക്കാഴ്ചയാണ്. ഒരു പ്രദേശത്തിനാകെ അതിരിടുന്ന ശക്തിദുർഗ്ഗം! അഞ്ഞൂറിലേറെ വർഷങ്ങളുടെ പഴക്കമുള്ള കോട്ടയും അതിനുള്ളിലെ സ്മാരകങ്ങളും ഇനി എത്രനാൾ നിലനില്ക്കും? ആരോടെന്നില്ലാതെ ഞാൻ മന്ത്രിച്ചു.

ദേവനഹള്ളി വികസിക്കുകയാണ്. കോട്ടയും കടന്നു പുറത്തേക്ക്. അതിന്റെ അനുരണനങ്ങൾ കോട്ടയ്ക്കുള്ളിലും പ്രകടമാണ്. ഇതിനുള്ളിൽ പഴയ ടൗൺഷിപ്പു തുടരുന്നതു തന്നെയാകാം കോട്ടയുടെ ഏറ്റവും വലിയ ഭീഷണി. വിജയനഗരസാമ്രാജ്യത്തിന്റെയും ടിപ്പുസുൽത്താന്റെയും പ്രജകൾ ആധുനികതയെ സ്വയം വരിച്ചുകഴിഞ്ഞിരിക്കുന്നുവോ?

ഒരു കാലത്ത് ദേവനഹള്ളി മുന്തിരിത്തോട്ടങ്ങളുടെ നാടായിരുന്നു. കോട്ടയ്ക്കു പുറത്തുള്ള വിശാലമായ വെളിമ്പറമ്പുകളിൽ മുന്തിരിമാലകൾ പഴുത്തുകിടക്കുന്ന തോപ്പുകൾ ദേവനഹള്ളിയുടെ കാരുണ്യമായിരുന്നു. മൈസൂരിലെ മുന്തിരിത്തോട്ടങ്ങൾ കഴിഞ്ഞാൽ ഏറെ പ്രത്യേകതയാർന്നതായിരുന്നു ഇവിടത്തെ തോട്ടങ്ങൾ. കോട്ടയ്ക്കു പുറത്തുകടന്ന് ഏറെനേരം കാറോടിച്ചശേഷമാണ് ദേവനഹള്ളിയിൽ ഒരു മുന്തിരിത്തോപ്പ് കാണാനായത്. റിയൽ എസ്റ്റേറ്റിന്റെ കടന്നാക്രമണത്തിൽ ദേവനഹള്ളിയിലെ അവസാനത്തെ മുന്തിരിത്തോപ്പുകളും അപ്രത്യക്ഷമായേക്കാം. ദേവനഹള്ളിയിലേക്കു വളരുന്ന ബംഗ്ളൂരുവിന്റെ ഐ ടി നഗരത്തിന് എങ്ങനെ ടിപ്പുവിന്റെ കോട്ടയെയും വേണുഗോപാലസ്വാമിക്ഷേ

ത്രത്തെയും മുന്തിരിത്തോപ്പുകളെയും രക്ഷിക്കുവാനാകും?

വേണുഗോപാലസ്വാമി ക്ഷേത്രത്തിനു മുന്നിലെ പ്രഭാതനിരത്ത് ഒഴിഞ്ഞുകിടന്നു. ക്ഷേത്രത്തിൽ നിന്നുള്ള മണിയൊച്ച തെരുവിന്റെ അങ്ങേതലയ്ക്കൽ പ്രതിദ്ധ്വനിച്ചു. വേണുഗോപാലസ്വാമിയുടെ രഥം തെരുവിന്റെ ഓരത്ത് പ്രഭാത വെയിലേറ്റു നില്ക്കുന്നു. മധുരയിലെ ഏതോ അഗ്രഹാരത്തെരുവിലെത്തിയ പ്രതീതി. മുറ്റം അടിച്ചു തളിച്ച് അരിപ്പൊടിക്കോലങ്ങൾ വരയ്ക്കുന്ന കുടുംബിനികൾ!

കോട്ടയ്ക്കു പുറത്തേക്കു പോകുന്ന നിരത്തിലൂടെ ഞങ്ങൾ ടൗൺഷിപ്പിനു വെളിയിലെത്തി. അവിടെയും ഒരു വലിയ കമാനം പണിതുയർത്തിയിരിക്കുന്നു. പുതിയ കാലത്തിന്റെ കവാടം വേണുഗോപാലസ്വാമിക്കുള്ള കാണിക്കയായിരിക്കാം. ദേവനഹള്ളിയുടെ പ്രഭാതത്തെ പിന്നിലുപേക്ഷിച്ച് ആധുനിക വികസനത്തിന്റെ കാറ്റു വീശിയടിക്കുന്ന അതിന്റെ പുതിയ തെരുവുകളിലൂടെ അരുൺ തലങ്ങും വിലങ്ങും കാറോടിച്ചു. പിന്നെ അകലെ കാണാവുന്ന നന്ദികുന്നുകളിലേക്കു ഞങ്ങൾ യാത്ര തുടർന്നു.

നന്ദികുന്നുകളിലെ ഹരിതജാലകം

ദേവനഹള്ളിയിലെ പ്രഭാതത്തെ പിന്നിലുപേക്ഷിച്ച് ബംഗ്ലൂരു-ഹൈദരാബാദ് ദേശിയ പാതയിലൂടെ അരുൺ കാറോടിച്ചു. അല്പദൂരം ചെന്നപ്പോൾ നന്ദികുന്നുകളിലേക്ക് തിരിയുന്ന വഴിയായി. ഇരുവശത്തും തണൽ മരങ്ങൾ നിരനിരയായി നില്ക്കുന്ന ശാന്തമായ നിരത്ത്. പ്രഭാത വെയിൽ നിരത്തുവക്കിലെ മരങ്ങളുടെ ഇലച്ചാർത്തിലൂടെ മഞ്ഞച്ചിത്രങ്ങൾ വരയ്ക്കുന്ന കാഴ്ച യാത്രയിൽ എന്നും എന്റെ കൗതുകമായിരു

ഗാന്ധിമന്ദിരം

ന്നു. വെയിൽക്കുരുന്നുകളുടെ ചിത്രരചന കണ്ടുകൊണ്ടുള്ള മറ്റൊരു യാത്രകൂടി.

നന്ദികുന്നുകളുടെ താഴ്വരയിലെ ചെറിയ കവലയിൽ നിന്നാൽ അകലെ കുന്നുകൾ കാണാം. അവിടെനിന്നും വളഞ്ഞുപുളഞ്ഞു പോകുന്ന നിരത്തിലൂടെ കുന്നുകയറുക ഒരു പ്രത്യേക അനുഭവമാണ്. പാറക്കൂട്ടങ്ങളും, പച്ചിലപ്പടർപ്പുകളും മഴക്കാടുകളും കുട പിടിക്കുന്ന കുന്ന് പ്രഭാതവെയിൽ കനക്കുന്ന ഈ വേളയിൽ എത്ര സുന്ദരിയാണ്!

നന്ദികുന്നുകളെ ഒരു വിനോദസഞ്ചാരകേന്ദ്രമാക്കുന്നത് പ്രധാനമായും അതിനുമുകളിലുള്ള കോട്ടയാണ്. 'നന്ദിദുർഗ്ഗ്' 'നന്ദിദ്രുഗ്, 'നന്ദിബേട്ട' എന്നിങ്ങനെയൊക്കെ അറിയപ്പെടുന്ന ഈ കുന്നുകൾ കർണ്ണാടകയിലെ ചിക്കബെല്ലാപ്പൂർ ജില്ലയിലാണ്. ചോളരാജഭരണകാലത്ത് ഇവിടം 'ആനന്ദഗിരി' എന്നാണ് അറിയപ്പെട്ടിരുന്നത്. യോഗനന്ദീശ്വരനായ മഹാദേവൻ പ്രായശ്ചിത്തത്തിനായി ഇവിടെ തപം ചെയ്തിരുന്നതിനാൽ കുന്നിന് 'നന്ദി' എന്നു പേരുകിട്ടിയെന്നാണ് ഐതിഹ്യം. ടിപ്പു സുൽത്താൻ പിന്നീട് ഇവിടെ കോട്ട പണിഞ്ഞതു കാരണം നന്ദികുന്നുകൾ 'നന്ദിദുർഗാ'യി. അകലെ നിന്നു നോക്കിയാൽ സുഷുപ്തിയിലാണ്ട ശിവവാഹനമായ നന്ദിയുടെ രൂപസാദൃശ്യം കുന്നിനുള്ളതിനാൽ 'നന്ദികുന്നുകൾ' എന്ന പേര് അന്വർത്ഥമാണുതാനും.

ബംഗ്ളൂരു നഗരത്തിൽനിന്നും അറുപതു കിലോമീറ്റർ ദൂരത്തിൽ സമുദ്രനിരപ്പിൽനിന്നും 4851 അടി ഉയരത്തിലുള്ള നന്ദികുന്നുകൾ ഹരിതസമൃദ്ധമാണ്. ഇത്രയും ഉയരത്തിലുള്ള കുന്നിന്റെ നെറുകയിൽ കാലത്തെ അതിജീവിച്ചുകൊണ്ട് ഒരു കോട്ട നിലനില്ക്കുന്നു എന്നതും അത്ഭുതമുളവാക്കുന്നു.

ഇടുങ്ങിയതെങ്കിലും ശില്പഭംഗിയാർന്ന കോട്ടയുടെ കവാടത്തിലൂടെ ഉള്ളിൽ കടന്നാൽ കുന്നുകളിലെ വനസ്ഥലിയിലേക്കു നാം ലയിക്കുകയായി. 'ഗംഗാ'കാലഘട്ടത്തിൽ ചിക്കബല്ലാപ്പൂരിലെ പ്രഭുക്കന്മാർ പണിഞ്ഞതെന്നു കരുതുന്ന കോട്ട ഹൈദരാലി ബലപ്പെടുത്തുകയും പിന്നീട് ടിപ്പുസുൽത്താൻ പൂർത്തിയാക്കുകയും ചെയ്തതായി ചരിത്രം രേഖപ്പെടുത്തുന്നു. 'ടിപ്പുസുൽത്താന്റെ കോട്ട' എന്നാണ് ഇന്ന് അതറിയപ്പെടുന്നത്. 'താഷ്ക്-ഇ-ജന്നത്ത്' അഥവാ 'സ്വർഗ്ഗത്തിന്റെ അസൂയ' എന്നും കോട്ടയെ വിളിച്ചിരുന്നു. ശില്പചാതുരിയാർന്ന അഞ്ചുകമാനങ്ങളും അനുബന്ധ മിനാരങ്ങളും കോട്ടയ്ക്കുണ്ടായിരുന്നുവത്രേ. കോട്ടയുടെ ചുവരുകളും തട്ടുകളും മനോഹരങ്ങളായ ചിത്രപ്പണികൾ കൊണ്ട് അലങ്കരിച്ചിരുന്നു. പ്രധാന കവാടത്തിനു തൊട്ടടുത്തു തന്നെയാണ് ടിപ്പുവിന്റെ വേനൽക്കാല കൊട്ടാരം! ഒരു സുൽത്താന്റെ വേനൽക്കാല വസതിയുടെ ആഢംബരങ്ങളൊന്നുമില്ലാത്ത കെട്ടിട സമുച്ചയം കാലത്തിന്റെ നോക്കുകുത്തിയായി നിലകൊള്ളുന്നു.

വേനൽക്കാല വസതിക്കു തൊട്ടടുത്തുതന്നെയാണ് 'അമൃത സരോവർ' എന്ന വിശാലമായ കുളം. മൈസൂർ ദിവാനായിരുന്ന സർ മിർസാ

ഇസ്മയിലിന്റെ കാലത്താണ് ഇതു നിർമ്മിച്ചത്. നിലയ്ക്കാത്ത നീരുറവകൾ നിലനിർത്തുന്ന ഈ കുളമാണ് നന്ദികുന്നുകളിലെ പ്രധാന ജലസ്രോതസ്സ്. കുളത്തിലേക്കിറങ്ങാൻ നാലുവശങ്ങളിലും ധാരാളം പടവുകൾ. ഒരു വശത്തെ പടവുകളുടെ മദ്ധ്യത്തിൽ ടിപ്പു സുൽത്താൻ പ്രാർത്ഥനയ്ക്കായി ഉപയോഗിച്ചിരുന്ന മണ്ഡപവും കാണാം.

പുരാതനമായതിനെ സംരക്ഷിക്കുകയാണല്ലോ പുരാവസ്തുവകുപ്പിന്റെ ധർമ്മം. ടിപ്പുസുൽത്താന്റെ കൊട്ടാരവും 'അമൃതസരോവര'വുമൊക്കെ സംരക്ഷണത്തിന്റെ അഭാവത്തിൽ ജീർണ്ണതയുടെ മേലങ്കിപുതച്ചു നില്ക്കുന്നു. ദിനം തോറും എത്ര സന്ദർശകരാണിവിടെയെത്തുന്നത്! ഒരു കാലഘട്ടത്തിന്റെ ചരിത്രവും ഓർമ്മകളും വിളിച്ചോതുന്ന ഈ സ്മാരകങ്ങൾ വേണ്ടവിധം സംരക്ഷിക്കേണ്ടത് വരുംതലമുറകളുടെ അവകാശമാണെന്ന സത്യം നമ്മുടെ ഭരണകൂടങ്ങൾ ഇനിയും തിരിച്ചറിയാത്തതെന്തേ? പുതിയ ഫ്ളൈഓവറുകളും ഭൂമി തുരന്നുപോകുന്ന മെട്രോയുമൊക്കെയാണല്ലോ അവരുടെ വികസനത്തിന്റെ പര്യായങ്ങൾ. പാരമ്പര്യത്തെയും പൈതൃകത്തെയും കാത്തുസൂക്ഷിക്കുക എന്നതും വികസനത്തിന്റെ പരിധിയിൽപ്പെടുന്നതാണെന്ന സൂത്രവാക്യം നാം മറക്കുകയാണോ?

കർണ്ണാടകയ്ക്കൊരു പ്രത്യേകതയുണ്ട്. മിക്ക കുന്നുകളിലും ഒരു ക്ഷേത്രമുണ്ടാകും. ആ ക്ഷേത്രത്തിലെ ദേവനെയോ ദേവിയെയോ ആരാധിക്കുന്ന മറ്റൊരു ക്ഷേത്രം താഴ്‌വരയിലും. ഇരട്ടക്ഷേത്രങ്ങളെന്ന സങ്കല്പത്തിന് നന്ദികുന്നുകളും അപവാദമല്ല. കുന്നിനുമുകളിൽ യോഗ

അമൃത സരോവരം

നന്ദീശ്വരക്ഷേത്രവും താഴ്വരയിൽ ഭോഗനന്ദീശ്വര ക്ഷേത്രവുമുണ്ട്. ശൈവാരാധനയ്ക്കുള്ള ക്ഷേത്രങ്ങളാണ് രണ്ടും. നന്ദികുന്നിലെ യോഗ നന്ദീശ്വരക്ഷേത്രത്തിനു മുന്നിലെ വലിയ നന്ദി പ്രതിമയായിരിക്കാം കുന്നിന് 'നന്ദി ഹിൽസ്' എന്ന പേര് യഥാർത്ഥത്തിൽ നേടിക്കൊടുത്തത്.

യോഗനന്ദീശ്വരക്ഷേത്രത്തിനടുത്തുള്ള കുന്നിൻചരിവ് പാറക്കൂട്ടങ്ങളാൽ സമൃദ്ധമാണ്. കിഴുക്കാംതൂക്കായി കിടക്കുന്ന പാറയുടെ താഴെ അഗാധമായ കൊക്കയാണ്. 'ടിപ്പൂസ് ഡ്രോപ്പ്' എന്നറിയപ്പെടുന്ന ഈ ഭാഗത്തിന് ഒരു കുപ്രസിദ്ധി കൂടിയുണ്ട്. ടിപ്പു സുൽത്താന്റെ കാലത്ത് തടവുപുള്ളികളെ ഈ പാറക്കൂട്ടത്തിൽനിന്നും താഴേക്ക് വലിച്ചെറിഞ്ഞു കൊന്നിരുന്നു എന്നാണ് ഐതിഹ്യം. കാറ്റു ചീറിയടിക്കുന്ന ഏകാന്തരാവുകളിൽ തടവുപുള്ളികളുടെ നിലവിളികൾ അഗാധതയിൽ നിന്നുയർന്ന് കേൾക്കാറുണ്ടെന്ന് പഴമക്കാർ പറയുന്നുവത്രേ.

ബ്രിട്ടീഷ്കാരുടെ ഒന്നാം മൈസൂർ യുദ്ധത്തിലെ പ്രധാന സംഭവമായിരുന്നു ലോർഡ് കോൺവാലീസിന്റെ നേതൃത്വത്തിലുള്ള സൈന്യം 1791 ൽ നന്ദിദുർഗ്ഗ് പിടിച്ചെടുത്തത്. പിന്നീടത് ബ്രിട്ടീഷ് സൈനികോദ്യോഗസ്ഥരുടെ വേനൽക്കാല താവളമായി മാറി. ഫ്രാൻസിസ് കണ്ണിങ്ഹാം ഇവിടെ 1834–61 കാലഘട്ടത്തിൽ മൈസൂർ ഗവർണറായിരുന്ന സർ മാർക്ക് കബ്ബണിനുവേണ്ടി ഒരു വേനൽക്കാല വസതി പണിഞ്ഞു. 19–ാം നൂറ്റാണ്ടിലെ ബ്രിട്ടീഷ് വാസ്തുശില്പകലയുടെ പ്രതിനിധാനമായ വസതി ഇന്നും അതേ പ്രൗഢിയോടെ നിലകൊള്ളുന്നു. പണ്ഡിറ്റ് ജവഹർലാൽ നെഹ്റു തന്റെ ബാംഗ്ലൂർ സന്ദർശനവേളയിൽ ഇവിടെയായിരുന്നു താമസിക്കാറുണ്ടായിരുന്നത്. 1986–ലെ 'സാർക്ക്' രാഷ്ട്രത്തലവന്മാരുടെ സമ്മേളനവും ഇവിടെ വച്ചായിരുന്നു. ഈ വസതിയെ പിന്നീട് 'നെഹ്റുനിലയം' എന്നു പുനർനാമകരണം ചെയ്തു. കൊളോണിയൽ ഗൃഹാതുരതയുണർത്തുന്ന ഈ മനോഹര വസതി ഇന്നു കർണ്ണാടക ഹോർട്ടികൾച്ചറൽ വകുപ്പിന്റെ കീഴിൽ അതിഥിമന്ദിരമാണ്.

'നെഹ്റു നിലയ'ത്തിനു സമീപം താഴെ കുന്നിൻചരിവിലുള്ള പ്രൗഢമായ കെട്ടിടമാണ് 'ഗാന്ധിമന്ദിരം.' ബംഗ്ലൂരിൽ എത്തുന്ന വേളയിൽ മഹാത്മാഗാന്ധി ഇവിടെയായിരുന്നു താമസിച്ചിരുന്നത്. ഗാന്ധി സ്മൃതികൾ നിറഞ്ഞുനില്ക്കുന്ന മന്ദിരവും, ഉദ്യാനവും സന്ദർശകർക്ക് പ്രിയപ്പെട്ടതാണ്. പുരാവസ്തുവകുപ്പ് ഏറ്റെടുക്കാത്തതുകൊണ്ടായിരിക്കാം 'ഗാന്ധിമന്ദിര'വും 'നെഹ്റുനിലയ'വുമൊക്കെ ഗതകാല ഗരിമ ഒട്ടും നഷ്ടപ്പെടാതെ സംരക്ഷിക്കപ്പെടുന്നത്.

നഗരത്തിന്റെ വന്യതയിൽനിന്നും ഒരു വാരാന്ത്യം ചെലവിടാനെത്തുന്നതുവരെ നന്ദികുന്നുകളിലേക്ക് ആകർഷിക്കുന്നത് ഇവിടത്തെ നിതാന്തമായ പച്ചപ്പാണെന്നതിൽ തർക്കമില്ല. അപൂർവ്വമായ സസ്യജാലങ്ങളുടെയും പറവകളുടെയും പറുദീസയാണിവിടം. കർണ്ണാടക സർക്കാരിന്റെ ഹോർട്ടികൾച്ചർ വിഭാഗം നന്ദികുന്നുകളിലെ സസ്യസമ്പത്തിനെപ്പറ്റി സൂക്ഷ്മമായി പഠനം നടത്തി 'നന്ദികുന്നുകളിലെ സസ്യജാലം'

എന്ന പേരിൽ അവയുടെ ചിത്രങ്ങൾ സഹിതം ഒരു പുസ്തകം പ്രസിദ്ധീകരിച്ചിട്ടുണ്ട്. വൃക്ഷങ്ങളെയും സസ്യങ്ങളെയും പൂക്കളെയും സാധാരണക്കാർക്ക് അടുത്തറിയാൻ ഈ പുസ്തകം ഏറെ സഹായകരമാണ്. പക്ഷി നിരീക്ഷകരുടെയും ഇഷ്ടസങ്കേതമാണ് ഈ കുന്നുകൾ.

നന്ദികുന്നുകളിൽനിന്നും ഉത്ഭവിച്ചിരുന്ന നദികളാണ് പലാറും അർക്കാവതിയും. പക്ഷേ, ഇന്നവയുടെ ഉറവകൾ വറ്റിപ്പോയിരിക്കുന്നു. മഴക്കാലത്ത് ഉറവകൾ സജീവമാകാറുണ്ടത്രേ.

'നന്ദിഹിൽസി'ലെ ചരിവുകളിൽ തടികൊണ്ടുതീർത്ത ഉയർത്തിക്കെട്ടിയ തട്ടിലിരുന്ന് എത്ര സമയമെങ്കിലും താഴ്‌വരയെ നോക്കിയിരിക്കാം. പ്രത്യേകിച്ചും നഗരത്തിൽനിന്ന് ഒരു പ്രവൃത്തിദിവസം മോഷ്ടിച്ച് ഉല്ലസിക്കാനെത്തുന്ന കമിതാക്കളുടെ ഇഷ്ടസ്ഥലമാണത്. 'ടിപ്പുഡ്രോപ്പി'ന്നരികിൽ ഉയർത്തിക്കെട്ടിയിരിക്കുന്ന പ്ലാറ്റ്ഫോമിലൂടെ നടന്ന് പാറക്കൂട്ടങ്ങളുടെ അഗാധതയിലേക്ക് നോക്കി അത്ഭുതം കൂറുകയുമാവാം.

കുന്നിലെ പുരാവസ്തുക്കളോടും വൃക്ഷങ്ങളോടും ചെടികളോടും ഇലച്ചാർത്തുകളോടും പൂക്കളോടും കഥപറഞ്ഞുനടന്ന് മണിക്കൂറുകൾക്ക് ദൈർഘ്യമേറി. ക്ഷീണം തോന്നിയപ്പോഴൊക്കെ ചാരുബെഞ്ചുകളുടെ തണലിൽ ഇരുന്ന് അരുൺപ്രസാദ് പറഞ്ഞു തന്ന നന്ദികുന്നുകളുടെ പുരാവൃത്തങ്ങൾ കേട്ടു. ഇടയ്ക്ക് 'ടിപ്പു ഡ്രോപ്പി'ന്നരികിലെ റസ്റ്റോറന്റിൽനിന്നും ഭക്ഷണം കഴിച്ചു.

യോഗനന്ദീശ്വരക്ഷേത്രത്തിന്റെ കൽമണ്ഡപത്തിൽ അപരാഹ്നവെയിൽ വീണു തുടങ്ങിയിരിക്കുന്നു. സുഷുപ്തിയിലാണ്ട നന്ദിപ്രതിമയുടെ ഗളത്തിലെ സുവർണ്ണഹാരങ്ങളിൽ തട്ടി മഞ്ഞവെയിൽ പ്രതിഫലിക്കുന്നു. 'ടിപ്പുഡ്രോപ്പി'ൽ നിന്നും ഉയർന്നുപൊങ്ങുന്ന ഉഷ്ണക്കാറ്റിന്റെ ശീലുകളിൽ പ്രേതാത്മാക്കളുടെ നിലവിളികൾ നിറയുന്നുവോ?

ഹരിതനിറവിൽ കുളിർന്ന മനസ്സും ശരീരവുമായി അകലെയുള്ള നഗരത്തിന്റെ വന്യത ഭീതിദമായ ഓരോർമ്മയായി പ്രജ്ഞയിൽ ആവാഹിച്ച് ഞങ്ങൾ മെല്ലെ കുന്നിറങ്ങി. നന്ദികുന്നുകളിലെ ഒരു പകലിന്റെ കാരുണ്യം സിരകളിൽ അപൂർവ്വലഹരിയായി നിറയുന്നതു ഞങ്ങൾ അറിഞ്ഞു.

വംശവൃക്ഷങ്ങളിലെ വിരൽപ്പാടുകൾ

നന്ദികുന്നുകളിറങ്ങി താഴ്‌വരയുടെ സായാഹ്നത്തിലെത്തുമ്പോൾ നന്ദിഗ്രാമത്തിൽ വിസ്മയത്തിന്റെ ഈ മഹാപർവ്വം സംഭവിക്കുമെന്ന് തെല്ലുമേ നിനച്ചില്ല. ബംഗ്ളൂരുനഗരത്തിൽനിന്നും അൻപത്തിനാലു കിലോമീറ്റർ അകലെ ഇങ്ങനെ ഒരു അത്ഭുതം മറഞ്ഞിരിക്കുന്നുവെന്ന് അരുൺപ്രസാദും പറഞ്ഞില്ല. അത്രയ്ക്കും ചാരുതയാർന്നതായിരുന്നു

സാമ്രാജ്യങ്ങളുടെ ബാക്കിപത്രം

ശിലാകാവ്യങ്ങളുടെ ഈ സംഗമസ്ഥാനം. ലോകയാത്രകളിൽ ഞാൻ നിധിപോലെ സൂക്ഷിക്കുന്ന വിസ്മയച്ചെപ്പിൽ മറ്റൊരു മഞ്ചാടിമണികൂടി. അതായിരുന്നു എനിക്ക് ചിക്കബെല്ലാപ്പൂരിലെ ഭോഗനന്ദീശ്വര ക്ഷേത്രം.

ഇതൊരു ക്ഷേത്രമാണെന്നും അസംഖ്യം ശൈവഭക്തരുടെ ആരാധനാലയമാണെന്നുമുള്ള ബോധം എനിക്കിപ്പോഴുമില്ല. എന്നെ സംബന്ധിച്ചിടത്തോളം അന്യാദൃശമായ ഒരു കലാഗേഹം മാത്രമാണിത്. രാജവംശങ്ങളിലൂടെ കാലം അണിയിച്ചൊരുക്കിയ സൗന്ദര്യധാമം! എത്രയോ ദിവസങ്ങൾ കൊണ്ടുമാത്രം കണ്ടുതീർക്കേണ്ടുന്ന അമൂല്യമായ കലാശേഖരത്തിന്റെ നേരുകൾ!

ഭോഗനന്ദീശ്വരക്ഷേത്രത്തിന്റെ കരിങ്കല്ലിൽ തീർത്ത പുറത്തെ കവാടം കടന്ന് ഉള്ളിലേക്കു കടന്നാൽ വിശാലമായ മൈതാനമാണ്. മൈതാനത്തിന്റെ മൂന്നുവശങ്ങളിലും മതിലിനോടുചേർന്ന് നീണ്ട മണ്ഡപങ്ങളാണ്. കരിങ്കൽ തൂണുകൾ താങ്ങി നിർത്തിയിരിക്കുന്ന ഇവ ഒരു കാലത്ത് ഭക്തർക്ക് വിശ്രമിക്കുവാനോ, വണിക്കുകൾക്ക് കച്ചവടത്തിനോ വേണ്ടി ഉപയോഗിച്ചിരുന്നതായിരിക്കണം. ഉത്സവപ്പറമ്പിന്റെ പ്രതീതി ജനിപ്പിക്കുന്ന മൈതാനം വരാനിരിക്കുന്ന ശിവരാത്രിയാഘോഷത്തിന്റെ തയ്യാറെടുപ്പിലാണ്. മൈതാനത്തിന്റെ ഏതാണ്ടു മദ്ധ്യഭാഗത്ത് ധാരാളം പടവുകളുള്ള ഒരു കുളമുണ്ട്. പക്ഷേ, കുളത്തിൽ വെള്ളമില്ല. മൈതാനത്തിലൂടെ കുറേ നടന്നാൽ മാത്രമേ ക്ഷേത്ര കവാടത്തിലെത്തൂ. കവാടത്തിന്റെ ഇടതുവശത്തെ രഥപ്പുരയിൽ തടിയിൽ തീർത്ത ക്ഷേത്രരഥം. ശില്പഭംഗിയാർന്ന രഥം ഭോഗനന്ദീശ്വരക്ഷേത്രത്തിന്റെ പാരമ്പര്യം വിളിച്ചോതുന്നു.

ക്ഷേത്ര കവാടത്തിനുമുമ്പിൽ കെട്ടുകാഴ്ചയുടെ രണ്ടുവലിയ വണ്ടിക്കൂടുകൾ. ശിലകളിൽ തീർത്ത ചക്രങ്ങളിലാണ് വണ്ടിക്കൂട് നില്ക്കുന്നത്. ചക്രങ്ങളാകട്ടെ വർണ്ണസമൃദ്ധവും, അസാമാന്യഭാരമായിരിക്കും ഈ ശിലാചക്രങ്ങൾക്കെന്നതിൽ തർക്കമില്ല.

പ്രധാന കവാടത്തിന് വലതുവശത്തായി കല്പാളികളുടെ അവശിഷ്ടങ്ങളുമായി തകർന്നൊരു മണ്ഡപത്തറയുണ്ട്. ക്ഷേത്രാഘോഷവേളകളിൽ ഈ തട്ട് ഉയർന്നവേദിയായി പരിണമിക്കുന്നു. മൈതാനമാകെ നിറയുന്ന ഭക്തജനങ്ങൾക്ക് ആഘോഷങ്ങളുടെ ദൂരക്കാഴ്ച മണ്ഡപത്തറയൊരുക്കുന്നുണ്ടാകണം.

ഭോഗനന്ദീശ്വര ക്ഷേത്രസമുച്ചയത്തിലെ ആദ്യക്ഷേത്രം പണികഴിപ്പിച്ചത് 9-ാം നൂറ്റാണ്ടിന്റെ ആദ്യ ദശകത്തിലാണെന്ന് ശിലാലിഖിതങ്ങൾ സൂചിപ്പിക്കുന്നു. ദ്രാവിഡ ശൈലിയിൽ നിർമ്മിച്ച കർണ്ണാടകത്തിലെ ഏറ്റവും പഴക്കം ചെന്ന ക്ഷേത്രമായിരുന്നു ഇത്. കേന്ദ്ര പുരാവസ്തു വകുപ്പിന്റെ പഠനരേഖയിൽ 'നൊളംബാ' രാജവംശത്തിലെ നൊളംബാദി രാജയുടെയും രാഷ്ട്രകൂട ചക്രവർത്തി ഗോവിന്ദൻ മൂന്നാമന്റെയും എ ഡി 806-ലെ ലിഖിതത്തിൽ ഇവിടുത്തെ ക്ഷേത്രനിർമ്മാണത്തെക്കുറിച്ചുള്ള രേഖകളുണ്ട്. ബാണവംശത്തിലെ ജയതേജന്റെയും ദത്തിയാ

യുടെയും എ ഡി 810-ലെ ചെമ്പോലലിഖിതത്തിലും ക്ഷേത്രത്തെക്കുറിച്ചുള്ള പരാമർശങ്ങളുണ്ട്. ബാണവംശത്തിലെ രാജ്ഞിയായ രത്നാവലിയാണ് ഈ ക്ഷേത്രത്തിന്റെ ആദ്യനിർമ്മിതി നടത്തിയതെന്നും സൂചനയുണ്ട്.

തുടർന്ന് എത്രയോ രാജവംശങ്ങൾ ഈ ക്ഷേത്രത്തിന്റെ പുനർനിർമ്മിതികൾ നടത്തുകയും കൂട്ടിച്ചേർക്കലുകൾ വരുത്തുകയും ചെയ്തിട്ടുണ്ട്. ദക്ഷിണേന്ത്യ ഭരിച്ചിരുന്ന ഗംഗ, ചോള, ഹൊയ്സാല, പല്ലവ, വിജയനഗരസാമ്രാജ്യങ്ങളുടെ തണലിൽ ഇവിടെ ക്ഷേത്രസമുച്ചയമുണ്ടാക്കുകയും ശിലാശില്പങ്ങളുടെ പണികൾ തുടരുകയായിരുന്നു. എത്രയോ വംശവൃക്ഷങ്ങളുടെ വിരൽപ്പാടുകൾ ക്ഷേത്രസമുച്ചയത്തിന്റെ ഓരോ ഇടങ്ങളിലും കണ്ടെത്താൻ കഴിയും.

നീളത്തിൽ കീറിയെടുത്ത ശിലാപാളികൾകൊണ്ടാണ് താരതമ്യേന ഇടുങ്ങിയ ക്ഷേത്രകവാടം നിർമ്മിച്ചിരിക്കുന്നത്. അതിന്റെ പാർശ്വങ്ങളിലെ ചുവരുകൾ ദ്വാരപാലികമാരുടെ മനോഹരശില്പങ്ങളാൽ അലംകൃതമാണ്.

ക്ഷേത്ര സമുച്ചയത്തിൽ പ്രധാനമായും രണ്ടു ക്ഷേത്രങ്ങളാണുള്ളത്. അരുണാചലേശ്വരക്ഷേത്രവും ഭോഗനന്ദീശ്വരക്ഷേത്രവും. മഹാദേവനായ പരമശിവന്റെ വിവിധ ജീവിതദശകളെ ക്ഷേത്രങ്ങൾ പ്രതിനിധീകരിക്കുന്നു. ബാല്യഭാവത്തെ അരുണാചലേശ്വരക്ഷേത്രവും, യൗവ്വനഭാവത്തെ ഭോഗനന്ദീശ്വരക്ഷേത്രവും അടയാളപ്പെടുത്തുന്നു. രണ്ടു ക്ഷേത്രങ്ങൾക്കും മദ്ധ്യേയുള്ള ഉമാമഹേശ്വരക്ഷേത്രം ഗൃഹസ്ഥാശ്രമിയായ മഹാദേവന്റെ പ്രതീകമാണ്. ഈ ക്ഷേത്രങ്ങളുടെ തുടർച്ച തന്നെയാണ് നന്ദികുന്നുകൾക്കു മുകളിലുള്ള യോഗനന്ദീശ്വരക്ഷേത്രം. ശ്രീപരമേശ്വരന്റെ സന്ന്യാസജീവിതത്തെ പ്രതിനിധീകരിക്കുന്ന ഈ ക്ഷേത്രത്തിൽ ഉത്സവങ്ങളോ മറ്റാഘോഷങ്ങളോ ഇല്ല.

തെക്കുവശത്തുള്ള അരുണാചലേശ്വരക്ഷേത്രം ഗംഗാരാജവംശകാലത്ത് നിർമ്മിച്ചതത്രേ. ഇവിടെ സിംഹഗണപതി അഥവാ ഉഗ്രഗണപതിയുടെ ഭാവത്തിലുള്ള ഗണേശ വിഗ്രഹമുണ്ട്. ക്ഷേത്രത്തിനുമുൻവശത്തെ മണ്ഡപത്തിൽ കൃഷ്ണശിലയിൽ തീർത്ത നന്ദിപ്രതിമയും കാണാം.

ഭോഗനന്ദീശ്വര ക്ഷേത്രത്തിൽ ഭീമാകാരമായ ശിവലിംഗപ്രതിഷ്ഠയാണ്. ചോളരാജാക്കന്മാരാണ് ഇന്നു കാണുന്ന രീതിയിൽ ക്ഷേത്രം പുനർനിർമ്മിച്ചത്. ചോളരാജാവായ രാജരാജചോളന്റെ രൂപം ഒരു ശിലയിൽ കൊത്തി വച്ചിട്ടുള്ളത് കാലഗണനയ്ക്ക് ഏറെ സഹായകമാണ്. ഈ ക്ഷേത്രത്തിനു മുന്നിലും ശ്യാമശിലയിൽ കൊത്തിയെടുത്ത കൂറ്റൻ നന്ദിപ്രതിമയുണ്ട്.

ഉമാമഹേശ്വരക്ഷേത്രത്തിന്റെ ശ്രീകോവിലിൽ മഹേശ്വരന്റെയും പത്നിയായ ഉമയുടെയും വിഗ്രഹങ്ങളാണ്. ക്ഷേത്രസവിധത്തിലെ കല്യാണമണ്ഡപത്തിനു നാലു കൽത്തൂണുകളുണ്ട്. ഓരോ തൂണിലും ദേവദമ്പതിമാരുടെ സ്വർഗ്ഗീയ രൂപങ്ങൾ ആലേഖനം ചെയ്തിരിക്കുന്നു.

ശിവപാർവ്വതി, ബ്രഹ്മാവ്-സരസ്വതി, വിഷ്ണു-ലക്ഷ്മി, അഗ്നിദേവൻ-സ്വാഹാദേവി എന്നിവരുടെ കമനീയ ശില്പങ്ങൾ!

മൂന്നു പ്രധാന ക്ഷേത്രങ്ങളുടെയും മുന്നിൽ നീണ്ടുകിടക്കുന്ന മണ്ഡപം. അടുത്തടുത്ത കൂറ്റൻ കൽത്തൂണുകളും അവയിലെ ബൃഹത് ശില്പങ്ങളും മണ്ഡപത്തിലേക്കുള്ള വെളിച്ചത്തെ കുറയ്ക്കുന്നു. പകലിൽ പോലും മണ്ഡപത്തിൽ ഇരുളാണ്. ഓരോ തൂണിലും കൊത്തുപണികളുടെ വിസ്മയം!

പ്രദക്ഷിണവഴിയിലൂടെ നടന്നാൽ ക്ഷേത്രത്തിന്റെ വടക്കേ കവാടം തുറക്കുന്നത് കല്ലുപാകിയ വിശാലമായ ഒരു തളത്തിലേക്കാണ്. ഇതിന്റെ പടിഞ്ഞാറുഭാഗത്താണ് ക്ഷേത്രസമുച്ചയത്തിലെ ഏറ്റവും മനോഹരമായ നിർമ്മിതിയെന്നു വിശേഷിപ്പിക്കാവുന്ന 'വസന്തമണ്ഡപം.' മണ്ഡപത്തിന്റെ തൂണുകളിൽ കാലം സൗന്ദര്യമായി ഉറഞ്ഞുനില്ക്കുന്നു. ശില്പാലംകൃതമായ തുണുകൾക്കരികിൽ നില്ക്കുമ്പോൾ തളത്തിൽനിന്നും മുഴങ്ങുന്ന അദൃശ്യമായ നൂപുരധ്വനികളിൽ വസന്തമണ്ഡപത്തിലെ നൃത്തസന്ധ്യകളുടെ ഓർമ്മകൾ തുളുമ്പുന്നുണ്ടാവാം. തളത്തിന്റെ കിഴക്കുവശത്താണ് തുലാഭാരമണ്ഡപം. അതും ശിലകൾ കൊണ്ടുതീർത്തവ തന്നെ. തുലാസുകളിൽ തൂക്കിയിടാനുള്ള ശിലാദണ്ഡുകളിൽ തൂങ്ങിയാടുന്ന തുലാഭാരക്കുട്ടികളുടെ കിലുങ്ങുന്ന ചിരി എവിടെയോ മുഴങ്ങുന്നുവോ?

വസന്തമണ്ഡപത്തിനു വടക്ക് മറ്റൊരു കവാടം. ഇതു തുറക്കുന്നത് ക്ഷേത്രതീർത്ഥക്കുളമായ കല്യാണി അഥവാ പുഷ്കരിണിയിലേക്കാണ്. ശൃംഗിതീർത്ഥമെന്നാണ് ഇതു പരക്കെ അറിയപ്പെടുന്നത്. മൂന്നുവശങ്ങ

ശിലാമണ്ഡപങ്ങൾ

ളിലുമുള്ള അസംഖ്യം പടവുകളും, പച്ച നിറമാർന്ന ജലവും ശൃംഗി തീർത്ഥത്തിന് അലൗകിക പരിവേഷം പകരുന്നു. വിജയനഗരസാമ്രാജ്യകാലത്തു നിർമ്മിച്ച ശൃംഗി തീർത്ഥത്തിന്റെ പടവുകൾ കയറിച്ചെന്നാൽ നാലുവശത്തും വരാന്തകളും, വരാന്തകൾക്കു മുകളിൽ ഇഷ്ടികയും കുമ്മായവും ചേർത്തു നിർമ്മിച്ച എടുപ്പുകളും കാണാം. ശൃംഗി തീർത്ഥത്തിന്റെ ഈ എടുപ്പുകളിൽ മാത്രമാണ് ശിലകളിൽനിന്നും വേറിട്ടുനില്ക്കുന്ന നിർമ്മാണ സാമഗ്രികൾ ഉപയോഗിച്ചിരിക്കുന്നത്.

ദീപാവലി സന്ധ്യയിലും മറ്റു വിശേഷദിനങ്ങളിലും ശൃംഗി തീർത്ഥത്തിന്റെ കല്പടവുകളിൽ ലക്ഷം മൺചെരാതുകൾ കൊളുത്തിവയ്ക്കാറുണ്ട്. പടവുകളിലെ ലക്ഷദീപങ്ങൾ തീർത്ഥക്കുളത്തിന്റെ ജലരാശിയിൽ പ്രതിഫലനം തീർക്കുന്ന കാഴ്ചയുടെ വിലോഭനീയത മനസ്സിൽ ആവാഹിച്ച് ഞങ്ങൾ ഒരു നിമിഷം നിശ്ചലരായി നിന്നുപോയി.

ശൃംഗി തീർത്ഥത്തിന്റെ ഉല്പത്തിയെപ്പറ്റി ഒരു ഐതീഹ്യകഥയുണ്ട്. ശിവവാഹനമായ നന്ദി തന്റെ കൊമ്പു നിലത്തുകുത്തി ഗംഗാനദിയിൽ നിന്നും ജലം ആവാഹിച്ച് ഇവിടെ എത്തിച്ചു എന്നാണ് പുരാവൃത്തം. ഈ ശൃംഗി തീർത്ഥത്തിൽ നിന്നുമാണത്രേ ദക്ഷിണ പിനാകിനി അഥവാ ദക്ഷിണ പെണ്ണാർ നദി ഉത്ഭവിക്കുന്നത്.

വർഷം മുഴുവൻ ഭോഗനന്ദീശ്വരക്ഷേത്രത്തിൽ ഉത്സവങ്ങളും ആഘോഷങ്ങളുമാണ്. നന്ദിഗ്രാമവാസികളാണ് ഭക്തജനങ്ങളിലേറെയും. പുരാവസ്തു വകുപ്പിന്റെ സംരക്ഷണയിലാണെങ്കിലും നന്ദികുന്നുകളിലെത്തുന്ന സന്ദർശകരിൽ വളരെക്കുറച്ചുപേർ മാത്രമാണ് ഇവിടെയെത്തുന്നത്. ബംഗ്ലൂർ നഗരത്തിനു തൊട്ടടുത്ത് ഇങ്ങനെയൊരു പൈതൃക ക്ഷേത്രമുണ്ടെന്ന് അധികമാർക്കും അറിയുകയില്ല. നന്ദിഗ്രാമത്തിലെ ഒരു ഫാം ഹൗസിലെത്തിയ ഹേമാനാരായണൻ എന്ന പത്രപ്രവർത്തക അവിചാരിതമായി ഭോഗനന്ദീശ്വരക്ഷേത്രം സന്ദർശിക്കാനിടയായതും ഈ ശില്പ ചാരുതയുടെ മുന്നിൽ വിസ്മയസ്തബ്ധയായി നിന്നതും ഒരു വാരാന്തപ്പതിപ്പിന്റെ ഉൾപേജിൽ എഴുതിയിരുന്നത് ഞാൻ ഓർമ്മിച്ചു. ബേലൂരും, ഹാലേബീഡും, ഹംപിയുമൊക്കെ സഞ്ചാരിയുടെ പ്രിയ താവളങ്ങളാകുമ്പോൾ ചരിത്രം ഉറങ്ങുകിടക്കുന്ന ഈ കലാസമുച്ചയത്തെ അധികമാരും വാഴ്ത്താത്തതിൽ അത്ഭുതം തോന്നുന്നു.

മറ്റു ക്ഷേത്ര സമുച്ചയങ്ങൾക്ക് അവകാശപ്പെടാനില്ലാത്ത ഒരു പൈതൃകമാണ് ഭോഗനന്ദീശ്വര ക്ഷേത്രത്തിന്റേത്. ഗംഗ, ഹൊയ്സാല, പല്ലവ, ചോള, വിജയനഗരസാമ്രാജ്യങ്ങളുടെ കാല്പനിക സ്വപ്നങ്ങളെ വിരുന്നൂട്ടിയ ശില്പസമൃദ്ധി കലാപഠിതാക്കൾക്ക് അമൂല്യമാണ്. ഓരോ രാജവംശത്തിന്റെയും വിഭിന്നമായ കലാശൈലികളാണ് കാലങ്ങളിലൂടെ കൊടുക്കൽ വാങ്ങലുകൾ നടത്തി ഇപ്പോൾ ഏകതാനത കൈവരിച്ചിരിക്കുന്നത്. തൂണുകളിൽ, മച്ചുകളിൽ, ഗർഭഗൃഹങ്ങളിൽ, ചുവരുകളിൽ, മണ്ഡപങ്ങളിൽ എല്ലാം ശിലകളിൽ കവിതയും സൗന്ദര്യവും വിരിയിച്ച ശില്പികളുടെ സംഗമത്തിന്റെ അപൂർവ്വ മാതൃക!

ഭോഗനന്ദീശ്വരക്ഷേത്രത്തിന്റെ കൽത്തളങ്ങളിലൂടെ ചുവരുക

ളിലേയും തുണികളിലേയും ദേവശില്പങ്ങളെ ക്യാമറയിൽ പകർത്തി നടക്കുമ്പോൾ സ്വർഗ്ഗത്തെക്കുറിച്ചുള്ള നിർവ്വചനങ്ങൾക്കു പുതിയ മാനം കൈവരിക്കുന്നതായി തോന്നി. ഓരോ നോക്കിലും ഇവിടെ കലാപൂർണ്ണതയുടെ സ്വർഗ്ഗം!

ക്ഷേത്രമതിൽക്കെട്ടിനുള്ളിൽ ശിലാവിസ്മയങ്ങളെ കാലം ഒട്ടും പോറലേല്പിച്ചിട്ടില്ല. എന്നാൽ മതിൽക്കെട്ടിനു പുറത്തെ മൈതാനത്തിലെ ക്ഷേത്രാവശിഷ്ടങ്ങളിൽ പലയിടത്തും കാലം പരിക്കേല്പിച്ചിരിക്കുന്നു. ഇളകിക്കിടക്കുന്ന ശിലാപാളികൾ. തകർന്നു കിടക്കുന്ന മേൽക്കൂരകൾ. ഇടിഞ്ഞുപൊളിഞ്ഞു കിടക്കുന്ന വശങ്ങളിലെ മണ്ഡപത്തിന്റെ നീണ്ട ഇടനാഴികൾ. പടവുകൾ അടർന്നുമാറിയ പുറത്തെ ക്ഷേത്രക്കുളം.

ഒരിക്കൽ ടിപ്പുസുൽത്താന്റെ അധീനതയിലായിരുന്ന നന്ദിഗ്രാമം ആക്രമിച്ചു കീഴടക്കിയ ബ്രിട്ടീഷ് ഭരണാധികാരി ലോർഡ് കോൺവാലീസിന്റെ സേന ക്ഷേത്ര പരിസരത്ത് നാശനഷ്ടങ്ങൾ വരുത്തിയെങ്കിലും ഉള്ളിലേക്ക് കടന്ന് അമൂല്യമായ ഈ ശില്പകലാവിരുന്നിനെ കെടുത്താതിരുന്നതിന് നമുക്കു നന്ദി പറയാം. വരും തലമുറകൾക്കായി 9 മുതൽ 15-ാം നൂറ്റാണ്ടുവരെയുള്ള രാജവംശങ്ങൾ തങ്ങളുടെ കൈയൊപ്പു ചാർത്തി ഇവ നമുക്കായി സൂക്ഷിച്ചുവച്ചതിനും.

9 789388 485869

Printed by Libri Plureos GmbH in Hamburg, Germany